பவித்ரா நந்தகுமார்
கட்டுரைகள்

டிஸ்கவரி பப்ளிகேஷன்ஸ்
எண்: 9, பிளாட் எண்: 1080A, ரோஹிணி பிளாட்ஸ்
முனுசாமி சாலை, கே.கே.நகர் மேற்கு,
சென்னை – 600 078. பேச: 99404 46650

பவித்ரா நந்தகுமாரின் கட்டுரைகள்
ஆசிரியர்: **பவித்ரா நந்தகுமார்**©

Pavithra Nandhakumar Katturaigal
Author: **Pavithra Nandhakumar**©

Printed in India
First Edition : Dec-2021
வெளியீட்டு எண்: **0067**
ISBN: 978-93-91994-50-1
Pages : 120
Rs. 150

Publisher • *Sales Rights*

Discovery Publications	**Discovery Book Palace (P) Ltd**
No. 9, Plot,1080A,	No. 6, Mahaveer Complex,
Rohini Flats,	Munusamy Salai,
Munusamy Salai,	K.K.Nagar West,
K.K.Nagar West,	Chennai-600 078.
Chennai - 600 078.	Ph: (044) 4855 7525
Mobile: +91 99404 46650	Mobile: +91 87545 07070

discoverybookpalace@gmail.com
WWW.DISCOVERYBOOKPALACE.COM

இந்த நூலில் பிரசுரமாகியுள்ள எந்த ஒரு பகுதியையும் பதிப்பாளரின் எழுத்துபூர்வமான முன்அனுமதி பெறாமல் எடுத்தாள்வதோ, மறுபிரசுரம் செய்வதோ, மொழியாக்கம் செய்வதோ, அச்சு மற்றும் மின்னணு ஊடகங்களில் மறுபதிப்பு செய்வதோ, காப்புரிமைச் சட்டப்படி தடை செய்யப்பட்டுள்ளது. இந்த நூலிலிருந்து குறிப்பிட்ட பகுதிகளை மேற்கோள்காட்டி புத்தக விமர்சனம் செய்ய, ஊடகங்களுக்கு மட்டும் அனுமதி உண்டு.

உங்கள் மொபைல் போனிலிருந்து ஸ்கேன் செய்து 'டிஸ்கவரி புக் பேலஸ்' மொபைல் ஆப்பை டவுன்லோடு செய்து, புத்தகங்களை வாங்குங்கள்.

சமர்ப்பணம்

எனை பெற்று வளர்த்து
கணவர் கரம் சேர்த்திட்ட
தாய் தந்தைக்கு...

என்னுரை

2020 ஆம் ஆண்டில் நான் எழுதிய கட்டுரைகள் சிலவற்றின் தொகுப்பே இந்நூல். ஒரு குடும்பத்தலைவியாக, எழுத்தாளராக, ஆசிரியையாக, சாமான்யராக, சமூக சிந்தனையாளராக என்னுள் கொண்டிருந்த கருத்துக்களை, யதார்த்தமாக ஓர் எழுத்தாளராக இங்கே பதிவு செய்வதில் மகிழ்ச்சி. 2020 ஆம் ஆண்டு மார்ச் மாதத்துக்குப் பிறகு எழுதப்பட்ட அனைத்து கட்டுரைகளிலும் கொரோனாவின் தாக்கம் பிரதிபலிக்கிறது.

என் கட்டுரைகள், தமிழகம் முழுவதும் பல்வேறு தரப்பட்ட மக்களால் பரவலான பேசுபொருளாகி இருப்பதில் எனக்குப் பெருமகிழ்ச்சி. என் படைப்புகளை அர்த்தமுள்ளதாக்கக்கூடிய கருத்துக்களை தாங்கி வரும் அறிவுபூர்வமான, ஆரோக்கியமான விமர்சனங்கள் இன்னும் இன்னும் என்னை உயிர்ப்புடன் உலவ விடுகிறது. கட்டுரைகள் குறித்த சாதாரண மக்களின் குறுஞ் செய்திகளும் தொலைபேசி உரையாடல்களும் என் வாழ்வை இன்னும் அழகாகவும் ரசனைக்குரியதாகவும் மாற்றுகிறது.

என் எண்ணங்களுக்கு உயிரூட்டும் உரமாக இருக்கும் என் அன்புக் கணவர் நந்தகுமாருக்கும் என் செயல்களுக்கு உறுதுணையாக இருக்கும் என் இரு மகள்களுக்கும் பேரன்புடன் புன்னகைகள். க்ரியா சக்தியாக என்னை எப்பொழுதும் ஊக்குவிக்கும் எனது உறவினர்கள் மற்றும் நண்பர்களுக்கு மனமார்ந்த நன்றிகள். இக்கட்டுரைத் தொகுப்பை மனமுவந்து வெளியிடும் டிஸ்கவரி பதிப்பகத்துக்கு என் நெஞ்சார்ந்த நன்றி.

நூல் குறித்த உங்களின் மேலான கருத்துக்களை மின்னஞ்சல் மூலம் தெரிவியுங்கள். அது என்னை மேலும் மேலும் எழுதத் தூண்டும்.

அன்புடன்

பவித்ரா நந்தகுமார்
arninpavi@gmail.com

தீநுண்மியை துரத்தியடிப்போம்

சீனாவில் தோன்றிய புதியவகை தீநுண்மி பற்றிய தகவல் உலக நாடுகள் அனைத்துக்கும் ஒரு செய்தியாகத்தான் முதலில் இருந்தது. அதன் பாதிப்புகள் வெளியே கசிந்ததும் கட்செவி அஞ்சலில் வந்து விழுந்த ஏராளமான நகைச்சுவை கருத்துப்படங்களைக் (மீம்ஸ்) கண்டு ரசித்து வாய் விட்டுச் சிரித்தோம். 'இது போன்றதொரு கொள்ளை நோய் சீனாவில் ஏற்பட்டபோதுதான் நம் போதிதர்மர் அங்கு சென்று வைத்தியம் பார்த்தார். தற்போது பழைய காலம் மீண்டும் திரும்புகிறது. மற்றுமொரு போதிதர்மர் அங்கு சென்றாக வேண்டும்' என மனதுக்கு வந்ததையெல்லாம் மசாலாவாக்கியிருந்தார்கள்.

"எங்கிட்டயெல்லாம் உன் பாச்சா பலிக்குமா?" என தமிழ்நாட்டு வெயில் கொரோனாவைப் பார்த்து நக்கலாக சிரிப்பதும் அதற்கு கொரோனா கிருமி "ஆமாம்! தப்பு கணக்குப் போட்டுட்டேன்" என பம்முவதுமாக எத்தனை எத்தனை புதிய சிந்தனைகள்!

தற்போது சீனா புதிய உத்வேகத்துடன் மீண்டு வருகிறது. இதற்கு அவர்கள் எடுத்துக் கொண்ட முயற்சி அபாரம். இதற்குக் காரணம் நகரிலிருந்த சமுதாய கூடங்களையெல்லாம் தற்காலிக மருத்துவமனையாக அவர்களால் மாற்ற முடிந்தது. வெறும் பத்து நாட்களுக்குள் இரண்டு

மருத்துவமனைகள் கட்டி முடிக்கப்பட்டுவிட்டன. முற்றிலும் நவீன வசதிகளுடன் கூடிய 2500 படுக்கைகள் என உலக நாடுகளின் புருவத்தை உயரச் செய்தது. அவர்களிடமிருந்து பாடம் கற்றுக் கொள்ளாமல் கைப்புள்ளையைக் கட்டவிழ்த்து விட்டுக் கலாய்த்துக் கொண்டிருந்தோம்.

அதன்பிறகு கொரோனா தன் ருத்ரதாண்டவத்தை உலக நாடுகளில் ஆடத் தொடங்கிய சங்கதி அறிந்து அமைதி காத்தனர். நாளொரு மேனியும் பொழுதொரு வண்ணமுமாய் அங்கே இங்கே சுற்றி, 'விடுவேனா பார்' என்று இந்தியாவிலும் ஊடுருவி விட்டபின் தற்போது எங்கும் கொரோனா எதிலும் கொரோனா என்றே மக்கள் பேசத் தொடங்கிவிட்டனர். எதில் துவங்கினாலும் இறுதியில் கொரோனா எனும் புள்ளியைத் தொட்டே முடிப்பதாய் உள்ளது. கருத்துப்படங்களைக் கடத்திக் கொண்டிருந்தவர்கள் கடைசியில் கடைத்தெருவுக்குப் போகக் கூட அச்சப்பட்டு நிற்கின்றனர்.

எத்தனை பெரிய அணு ஆயுதத்துக்கெல்லாம் பயப்படாத உலக நாடுகள் கண்ணுக்குத் தெரியாத இந்தத் தீநுண்மி (வைரஸ்) குறித்துப் பெரும் கவலைகொள்ளும் சூழல் இந்தத் தலைமுறையினருக்கு முற்றிலும் புதிது.

சில வருடங்களுக்கு முன் வந்த சார்ஸ், எபோலா, பன்றிக்காய்ச்சல் போன்ற அச்சுறுத்தும் நோய்களைக்கூட சர்வ சாதாரணமாய்க் கடந்தோம். ஆனால், இம்முறை அப்படியாக கடக்க முடியாமைக்குக் காரணம் அதன் பரவும் வேகம்.

உண்மையில் நிமிடத்துக்கு நிமிடம் தொலைக்காட்சியில் சொல்லப்படும் செய்திகளைக் கேட்டு மக்களின் மனம் பலவீனமாகிவிட்டது. வருவது வரட்டும், பார்த்துக் கொள்ளலாம் என்று இருந்தவர்களுக்குக் கூட உள்ளுக்குள் உதறத் தொடங்கி விட்டது. ஏன் இந்நோய் குறித்தான இப்படி ஒரு அச்சம்? இந்தத் தீநுண்மி தொற்றுள்ளவர்களில் 26% பேர் எந்தவிதமான அறிகுறிகளும் இல்லாமல் பிறருக்கு நோயைப் பரப்ப முடியும் என்கின்றனர் சீனமருத்துவர்கள்.

நம் நாட்டில் பள்ளிகளுக்கு விடுமுறை என்றபோதுதான் பொதுமக்களுக்கு இதன் பரவல் புரிய ஆரம்பித்தது. மேலும், மக்கள் ஊரடங்கின் மூலம் அதிகமான மக்களுக்குச் சென்று

சேர்ந்துள்ளது. மக்கள் ஊரடங்கு, நாட்டின் 75 மாவட்டங்களை தனிமைப்படுத்துதல் என அடுத்தடுத்த உத்தரவுகள் அனைத்தும் நம் நம்மைக்கே. மாநிலங்களின் எல்லைகள் மூடப்படுவது கடினமாக தோன்றினாலும் பொதுமக்களாகிய நம் ஒத்துழைப்பு அவசியம்.

மக்கள் ஊரடங்கில் மாலை 5 மணிக்கு நமக்காக உழைக்கும் மருத்துவ, சுகாதார மற்றும் பாதுகாப்பு பணியாளர்களுக்காக கைதட்டி ஒலி எழுப்பக் கேட்டுக்கொள்ளப்பட்டது. பிரதமர், முதல்வர், திரை நட்சத்திரங்கள் உள்ளிட்ட பொதுமக்கள் ஆர்வமுடன் கைதட்டியது ஒரு புறம் எனில் தனக்கான வாழ்வாதாரத்தை முற்றிலும் தொலைத்துவிட்ட பிச்சைக்காரர்களும் இந்தக் கைதட்டலில் பங்கெடுத்தது மிகச்சிறப்பு. நன்றி அறிவித்தலை கிராமங்கள்கூட பின்பற்றிய நிலையில், சில இடங்களில் கைதட்டும் மக்களை 23 ஆம் புலிகேசியைப் பார்ப்பதுபோல பார்வையில் கேலியும் கிண்டலுமாக கடந்தனர். வேற்றுமையில் ஒற்றுமை காண்பதே இந்தியா. அரசியலில் வேற்றுமையைக் கடைபிடித்தாலும் அதற்கு அப்பாற்பட்டு சிந்திக்க வேண்டிய தருணமிது.

ஏன் சட்டமன்றங்கள் மட்டும் நடைபெறுகின்றன? இந்திய அரசியலமைப்புச் சட்டப்படி நாடாளுமன்ற, சட்டமன்ற அவைகளின் முன்அனுமதி பெறாமல் அவசர செலவுகளுக்காக தொகுப்பு நிதியிலிருந்து செலவிடப்பட்ட நிதியை இனங்களுக்கான பின்னேற்பு பெறுவதற்காக துணை நிதிநிலை அறிக்கைகள், நிதி மசோதா திருத்தங்கள் போன்றவைகள் அந்தந்த நிதி ஆண்டின் நிறைவுக்குள் அந்தந்த அவைகளில் பெறப்பட வேண்டும். இது போலவே இன்னபிற அவசர அலுவல்களுக்காக நாடாளுமன்ற, சட்டமன்ற கூட்டத்தொடரை நடத்த வேண்டிய கட்டாயத்தில் உள்ளனர்.

பங்குச்சந்தைகளில் கடும்வீழ்ச்சி மற்றும் நாட்டின் பொருளாதாரம் குறித்துக் கவலைக்கொண்டு அரசைக் குறைகூறி ஊடகங்களில் பேசி வருவது கவலையளிக்கிறது. அதைவிட முக்கியம் மக்கள் அனைவரின் பாதுகாப்பு என்பதை மனதில் வையுங்கள்.

சில்வியா பிரௌனி என்ற மேலை நாட்டு பெண்மணி சில வருடங்களுக்கு முன் 'END OF DAYS - Predictions and

Prophecies About the End of the World' என்ற நூலில் உலகத்தின் இறுதி நாட்கள் குறித்த ஊகங்களையும் தீர்க்கதரிசனங்களையும் குறித்து அலசியுள்ளார். அதில் 2020 ஆம் ஆண்டுவாக்கில் நுரையீரல் அழற்சியை ஏற்படுத்தக்கூடிய தொற்றின் மூலம் உடல் நலக்குறைவு உலகம் முழுவதும் பரவும். அனைத்துச் சிகிச்சை முறைகளுக்கும் அது மிகப்பெரிய சவாலாக இருந்து திகைப்பை உண்டாக்கும். பின் வந்த வேகத்தில் மறைந்து போய் மீண்டும் பத்து வருடங்களுக்குப் பிறகு மறுபடியும் தாக்கிப் பின் முழுமையாக மறையும் என்று வருவதை முன்கூட்டியே தன் நூலில் குறிப்பிட்டுள்ளார். இது எந்த அளவுக்கு உண்மை என்று பொறுத்துத்தான் பார்க்க வேண்டும்.

தண்ணீருக்காக, அணுஆயுதங்களுக்காக உலக நாடு களிடையே உலகயுத்தம் மூளும் என்று பேசித்தீர்த்த நாடுகள் உண்மையில் கொரோனாவை வீழ்த்துவதில் ஒன்றிணைய வேண்டும். உண்மையில் இந்த உலகயுத்தம் உலக மக்களுக்கும் கொரோனாவுக்கும் இடையிலானது.

"அலுவலகத்தில் லீவு தர மறுக்கிறார்களா? இரண்டு முறை தும்முங்கள் போதும். ஊதியத்துடன் கூடிய காலவரையற்ற விடுமுறை கிடைக்கும்" போன்ற நகைப்புச் செய்திகளைப் புறந்தள்ளிவிட்டு ஆக்கப்பூர்வமான செயல்களில் கவனம் செலுத்த வேண்டிய தருணமிது நண்பர்களே. கி.மு.4 ஆம் நூற்றாண்டிலேயே கொரோனா கிருமி பற்றிச் சித்தர் போகர் எழுதிய பாடல் என்றும் கிருமி குறித்த அகத்தியரின் மருத்துவம் என்றும் சிலப்பதிகாரத்தில் கண்ணகி பாண்டியனை நோக்கி பாடுவதான பாடலிலும் இந்தக் கொரோனா கிருமியைப் பற்றி நம் தமிழ் மண்ணில் அப்போதே சொல்லப்பட்டிருக்கிறது என்பது போன்ற வதந்திகள் ஒருபுறம் உலா வந்துகொண்டிருக்கிறது. இதையெல்லாம் புறக்கணிக்க வேண்டியது அவசியம். போர்க்கால பணியாக அனைத்துத் துறைகளுமே விழிப்புடன் இருந்து களப்பணியாற்ற வேண்டிய காலமிது. தில்லியில் கொரோனா என்றதுமே முகக்கவசத்துக்கு இங்கு தட்டுப்பாடுகள் ஏற்பட்டுவிட்டது. செயற்கையான தட்டுப்பாடுகளை ஏற்படுத்தாமல் இக்கட்டு நேரங்களில் நாட்டின் நிலை அறிந்து நாட்டுமக்களின் மீது பற்று கொண்டு சாமான்யன் முதல் வியாபாரிகள் உட்பட அனைவரும் சேவையாற்ற வேண்டும்.

இந்திய மருத்துவர்கள் சங்கம் கொரோனா குறித்த அறியாமையை எடுத்துச் சொல்லியுள்ளது. நம் உடம்பில் எதிர்ப்பு சக்தியை அதிகரிப்பதாலோ பாட்டி வைத்தியங்கள் மூலமோ கடுமையான வெப்பத்தினாலோ, கொரோனா பரவுவதைத் தடுக்க முடியாது. மேலும், மது குடிப்பதால் இதைத் தடுக்க முடியாது. திடகாத்திரமான உடல் நிலையைக் கொண்டவர்களுக்கும் எந்த வயதினருக்கும் வரக்கூடிய வாய்ப்பு அதிகம் என எச்சரித்துள்ளது. நாங்கள் உங்களுக்காக பணியில் இருக்கிறோம். நீங்கள் எங்களுக்காக வீட்டில் இருங்கள் என்கின்றனர். அதை நாம் கடைப்பிடிப்போம்.

மனிதா... நீ எவ்வளவு பெரிய கொம்பனாக உருமாறினாலும் உன்னை அடக்கி ஒடுக்கும் சக்தி என்னிடம் உள்ளது என்ற செய்தியைச் சீரான இடைவெளியில் காலந்தோறும் உலகமக்களுக்கு இயற்கை ஏதோவொன்று மூலமாக சொல்லிக்கொண்டே இருக்கிறது. கற்றது கைமண் அளவு, கல்லாதது உலகளவு என்று சொல்வார்கள். உண்மையில் கற்றது கைமண் அளவு கூட இல்லை என்ற உண்மையை அவ்வப்போது உணர்த்திக் கொண்டே இருக்கிறது இயற்கை.

சீனாவில் கொரோனா எதிர்ப்பு மருத்துவ நடவடிக்கைகளை ஒரு வாரம் முன்பே தொடங்கியிருந்தால் 66% நோய்ப் பரவலைத் தடுத்திருக்க முடியும். மேலும், மலவாய்மூலமாகவும் கொரோனா கிருமி பரவுவதாக சீன ஆய்வுகள் கூறுவதாக சொல்கிறார் மருத்துவர் ஜி.ஆர். ரவீந்திரநாத். இந்தியாவும் அதையே முன்னெடுத்துள்ளது. ஆகவே, தேவையற்ற பயத்தையும் பயணத்தையும் தவிர்த்து முன்னெச்சரிக்கை நடவடிக்கைகளுக்கு ஒத்துழைப்பு கொடுத்து ஊர்கூடி தேர் இழுத்துக் கொரோனாவை வென்றெடுப்போம்.

‘தெய்வத்தான் ஆகாது எனினும் முயற்சிதன்
மெய்வருத்தக் கூலி தரும்’

ஊழால் கருதிய பயன் கைக்கூடாதாயினும் நாம் மேற் கொள்ளும் தடுப்பு முயற்சிகள் நிச்சயம் பயனளிக்கும். நம்பிக்கை யுடன் எதிர்கொள்வோம். தீநுண்மியைத் தீர்த்துக்கட்டுவோம்.

* * *

21 நாட்களில் என்ன செய்யலாம்?

கொரோனா வைரஸ் வேகமாக பரவுவதை தடுப்பதற்காக, 21 நாட்களுக்கு நாடு முழுவதும் ‘முழு ஊரடங்கு’ மார்ச் 24 முதல் அமல்படுத்தப்பட்டுள்ளது. இந்த 21 நாட்களும் வெளியே வராமல் வீட்டுக்குள்ளேயே மக்கள் இருக்க வேண்டும் என்று பிரதமர் மோடி கைகூப்பி வேண்டுகோள் விடுத்துள்ளார்.

தடையை மீறி சாலையில் நடமாடுபவர்கள் கைது செய்யப்படுவார்கள் என்ற உத்தரவுகள் ஒரு புறம் அச்சம் ஏற்படுத்தினாலும் நமக்காக, நம் நாட்டுக்காக நம்மை நாம் சுயகட்டுப்பாட்டுக்குள் கொண்டு வருவது மிக மிக அத்தியாவசியம். நாட்டுக்கு ஒரு சங்கடம் வரும்போது, நாம் அனைவரும் ஒன்றிணைந்து போராடினால்தான் முழுமையான வெற்றி கிட்டும். இதில் முக்கியமாக கவனிக்க வேண்டியது. 21 நாட்கள் நாம் இந்த ஊரடங்கை கடைபிடிக்காவிட்டால் 21 வருடங்கள் பின்தங்கிவிடுவோம் என்ற செய்திதான். இது முற்றிலும் உண்மை. தொலைநோக்கு கொண்ட பார்வை. நாட்டைக் காப்பாற்ற எப்போதும் இராணுவம் மட்டுமே பணியாற்றிய காலம்போய் ஒவ்வொரு தனிமனிதனும் கண்ணுக்குத் தெரியாத இந்த நுண்மியை (வைரஸ்) எதிர்த்துப் போர் புரிய வேண்டிய நேரமிது.

இந்த 21 நாட்களை எப்படிக் கடப்பது? வாழ்நாளில் இப்படியெல்லாம்கூட நடக்குமா என நம் அனைவரையும் புருவம் உயரச் செய்திருக்கிறது.

சாமான்யர்களின் வாழ்வாதாரம் பறிபோகிறதே என்ற விவாதங்கள் ஒருபுறம் இருந்தாலும் இந்த கொரோனாவினால் நமக்கு கிடைத்திருக்கும் மிகப்பெரிய நன்மை அனைவரும் அவரவர் குடும்பத்துடன் செலவிட கிடைத்த பொன்னான நேரம். இந்த 21 நாட்களைப் பற்றி எதிர்மறையாக சிந்திக்க ஆயிரம் காரணங்கள் இருந்தாலும் நேர்மறையாக நாம் அணுகினால் முழு திருப்தியுடன் மிக எளிதாக கடந்து விடலாம்.

பொதுவாக நாம் அனைவரும் கொரோனாவுக்கு முன்வரை உச்சரித்த வேத மந்திரம், ‘எனக்கு நேரம் இல்லை, எனக்கு நேரமே இல்லை’ என்பதே. ஆனால், இந்த நீநுண்மியால் ஏற்பட்ட மிகப்பெரிய நன்மை நம் அனைவர் கைகளிலும் ஏகப்பட்ட மணிநேரங்களை இறைவன் கொடுத்துள்ளான்.

இந்த 21 நாட்களில் அடுத்த 21 மாதங்களுக்கான வளத்தை மனதில் பதிவேற்றம் செய்து கொள்ளலாம். நாம் இதை எவ்வாறு பயன்படுத்தப்போகிறோம்?

முதலில் நின்று நிதானிக்கக்கூட முடியாமல் சக்கரம் கட்டிக்கொண்ட கதையாக வேகவேகமாக ஓடிய கால்களுக்குச் சற்றே இளைப்பைக் கொடுங்கள். வீட்டில் இணையுடன் மனம் விட்டுப் பேசலாம். குழந்தைகளைக் கொஞ்சி அளவளாவலாம். நாம் மறந்து போன நம் பாரம்பரிய விளையாட்டுக்களை அவர்களுக்கு அறிமுகப்படுத்தி உடன் விளையாடலாம். வீட்டுப் பெரியவர்களுக்கு பிள்ளைகள் நம்முடன் அதிகம் பேசுவதில்லை என்ற பெருங்குறை நிலவுகிறது. அதை களையலாம். அன்பு, பாசம், நேசம் இதை அபரிமிதமாகக் கொட்டி பிரதி உபகாரமாய் நாமும் அவற்றை அறுவடை செய்யலாம். இல்லந்தோறும் சின்னச் சின்ன செல்லச் சண்டைகளும் வம்புகளும் இருக்கத்தான் செய்யும். ஆனால், அதுதானே நம் வாழ்வில் உயிர்ப்பு கூட்டுபவை!

பிள்ளைகளுக்கு அவரவர் வயதுக்கு ஏற்ப வீட்டு வேலைகளை பழக்கலாம். அவர்களின் தினசரி பழக்கத்துக்குள் கொண்டு வர இது மிகச்சரியான தருணம். சமையல் பழகுவது, காய்கறிகள் நறுக்கித் தருவது, பாத்திரங்களை சுத்தம் செய்தல்,

துணி துவைத்தல் மற்றும் உலர்த்துதல் என அனைத்தையும் பழக்குங்கள். 'அவர்களா? பெரிய சோம்பேறிகளாச்சே! அவர்களிடம் பத்து முறைக்கு சொல்வதற்குப் பதில் நானே ஒரு முறையில் செய்து விடுவேன்' என்பவர்களா நீங்கள்? இதைக் கேளுங்கள்.

பில் கேட்ஸிடம் ஒரு நிருபர் இப்படிக் கேட்டாராம். "ஏன் சோம்பேறிகளையும் மைக்ரோசாஃப்ட்டில் பணிபுரிய அனுமதிக்கிறீர்கள்?" என்று. அதற்கு பில் கேட்ஸ் தெரிவித்த பதில் என்ன தெரியுமா?

"ஒரு வேலையை மிகச்சுலபமாக செய்து முடிக்கிற வழிவகைகளை சோம்பேறிகள் விரைவாக கண்டடைகிறார்கள். அதனால் அவர்களும் எனக்கு முக்கியம்" என்றாராம். ஆக, யாரையும் விதிவிலக்காக எண்ண வேண்டாம். விலக்கியும் வைக்க வேண்டாம்.

'பீரோவைத் திறந்தால் மனைவியின் புடவை வந்து நம் காலைத் தொட்டு வணங்குகிறது. அவ்வளவு மரியாதை. மனைவியிடம் கிடைக்காதது, அவரின் புடவைகள் மூலம் கிடைக்கிறது!' என்ற நகைச்சுவையை படித்துக் கடந்திருப்போம். ஆனால், அவற்றையெல்லாம் ஈகோ பார்க்காது இந்த விடுமுறையில் அழகாக அடுக்கி வைக்கலாம். அதை எண்ணி அவர் காலத்துக்கும் சிலாகிப்பார். பிள்ளைகளை துணை கொண்டு ஒவ்வொரு நாள் ஒவ்வொரு இடம் என பழையதை கழித்துத் தூய்மைப்படுத்தலாம். பரண், அலமாரிகளை சீராக அடுக்கி வைக்கலாம். பிடித்த நூல்களை வாசிக்கலாம்.

உறவினர்களை பார்க்கத்தான் செல்லக்கூடாது. மறந்து போன சொந்த பந்தங்களை அலைபேசியில் அழைத்துப் பேசலாம். நல்லவேளையாக மின்சாரமும் இணையமும் தங்குதடையின்றி கிடைக்கிறது. அதை பயன்படுத்திக் கொள்வோம்.

தகவல் தொழில்நுட்பம் உட்பட சில துறையினர் வீட்டிலிருந்தே பணிசெய்ய பணிக்கப்பட்டுள்ளனர். சரியாக திட்டமிட்டுக் கொண்டால் வேலைகள் சுலபமாக இருக்கும். பணிசெய்யும்போதுதான் குழந்தைகள் அவர்கள் எதிரில் அமர்ந்து அனைத்தையும் துவம்சம் செய்யும். தன்னை கவனிக்கவேண்டும், தன்னுடன் விளையாட வேண்டும் என அடம்பிடிக்கும். இப்படி

அலுவல் பணியை வீட்டில் செய்யும்போது சிலபல தடைகள் இருக்கத்தான் செய்யும். வேலைக்குப் போக பேருந்தையோ ரயிலையோ பிடிக்க வேண்டும் என்று வெந்ததும் வேகாததுமாய் உண்டு செரித்தவர்களுக்கு இந்த 21 நாட்கள் நல்ல ஆசுவாசம். உடல் அசதி, சோர்வினால் இணையுடன் ஒரு காதல் பார்வையை கூட பகிரும் சந்தர்ப்பங்கள் பலருக்கு ஏற்படாமலே போயிருக்கும். இந்த நாட்களில் உடலால் தனித்திருந்து உள்ளத்தால் இணைந்திருக்கலாம்.

ஒவ்வொருவருமே நாளை என்ன செயல் செய்யவேண்டும் என்று இன்றே திட்டமிட்டுக் கொள்வோம். இதனால் இலக்குகளை நிர்ணயம் செய்வதோடு மட்டுமல்லாமல் சுலபமாக அடையவும் வழிவகை பிறக்கும். 21 நாட்கள் இருக்கிறதே! பிறகு பார்த்துக் கொள்ளலாம் என காலத்தைக் கடத்தி இறுதி நாட்களில் பரபரவென நகர்த்தாமல் அனைத்து நாட்களையும் ரம்மியமாய் கழிப்பது அவரவர் கைகளில் உள்ளது. ஏனெனில் நேரம் போனால் திரும்ப கிடைக்காது! அதன்பின்

‘தூங்காதே தம்பி தூங்காதே - நீ
தூங்கிப்புட்டு பின்னால ஏங்காதே’

என்ற பாடலின் கதைதான் நேரும்.

1 முதல் 9 ஆம் வகுப்பு வரை இந்த வருடம் தேர்வு எழுதாமலே அனைவரும் தேர்ச்சி என அறிவிப்பு வெளியாகி விட்டது. மாணவ மாணவிகள் வீட்டில் இருந்தபடியே சில மணி நேரங்கள் ஒதுக்கி அடுத்த ஆண்டுக்குத் தயாராகலாம். பின் மொத்தமாக நெருக்கிப் பிழிந்து படிப்பதிலிருந்து ஆசுவாசம் கிடைப்பதோடு பேருதவியாக இருக்கும். பெற்றோர்களும் இந்த நாட்களில் சிரமம் இன்றி உங்களுக்கு உதவுவார்கள். மேலும் புதிதாக ஒரு மொழியை கற்க எண்ணியிருந்தவர்கள் இந்த நாட்களை பயன்படுத்திக் கொள்ளலாம்.

நேரத்தின் பின் நாமெல்லாம் சக்கரம் கட்டி ஓடிய காலம் 21 நாட்கள் கழித்து மீண்டும் வரத்தான் போகிறது. அதுசமயம் நாம் அபரிமிதமாக உழைக்க இந்த 21 நாட்கள் ஓய்வு நம்மை மீண்டும் புத்துணர்வுடன் பணிபுரிய உத்வேகம் கொடுக்கும்.

‘பாத காணிக்கை’ படத்தில் கவியரசு கண்ணதாசன் அவர்கள் எழுதிய பாடலை மறக்க முடியாது. இன்றும்

வாழ்க்கைக்கு ஒரு தத்துவமாக அமைந்து இருக்கும் இந்தப் பாடல் எந்தக் காலத்துக்கும் பொருந்தும் வகையில் உள்ளது.

‘ஆடிய ஆட்டம் என்ன...
பேசிய வார்த்தை என்ன...
தேடிய செல்வம் என்ன...
திரண்டதோர் சுற்றம் என்ன...
கூடுவிட்டு ஆவி போனால்
கூடவே வருவதென்ன?’

இந்த விடுமுறையில் வெறுமனே தொலைக்காட்சியை வெறித்துக் கொண்டிருந்தால் நம்மை இன்னும் இன்னும் பலவீனமாக்கி விடும். அதனால் நாம் எங்கிருந்தாலும் அங்கேயே இருந்து ஆக்கப்பூர்வமான பணிகளைச் செய்து நாட்டுக்குத் துணை நிற்போம்.

இந்த 21 நாட்களில் நாம் எதிர்பார்க்கும் கொரோனா பரவுதல் குறைவதோடு சில நல்ல விஷயங்களும் நடக்க வாய்ப்புள்ளது. வாகன விபத்துகள், கற்பழிப்பு, பாலியல் வன்கொடுமைகள், மது பயன்பாடு, கொலை, கொள்ளை என சகலவித தீங்கும் குறைய வாய்ப்புள்ளது. மதமோதல்களும் குறைய வாய்ப்புள்ளது.

கொரோனா வைரஸ் தாக்குதல் ஏற்பட்டால் அதன் பின் மருத்துவமனையில் நம்மை தனிமைப்படுத்தி விடுவர். குடும்பத்தினரின் அன்பும் ஆதரவும் முற்றிலும் அற்றுப்போய் உண்மையில் அதுதான் மிகப்பெரிய கொடுமை. அந்த நிலைக்கு நாம் போகாமல் இருக்க வேண்டுமாயின் வீட்டுக்குள் சகல வசதிகளுடன் மனநிறைவு கொண்டு நம்மை தனிமைபடுத்திக் கொள்ளலாம்.

சொந்தவீட்டில் விளையாட்டாய் பொழுதை போக்கியும் இந்த நாட்டைக் காப்பாற்றலாம். கிடைத்த நேரத்தை நமக்குப் பயனுள்ளதாக்கியும் நாட்டைக் காப்பாற்றலாம். வாய்ப்பு நம் கைகளில். ஆரோக்கியமாய் நேர்மறை சிந்தனையுடன் எதிர்கொள்வோம். கொரோனாவை நல்ல புரிதலுடன் அணுகி வெல்வோம். மொத்தத்தில் இதுவும் கடந்து போகும்.

* * *

கொரோனாவை கரைப்போம்

சீனாவில் கொரோனா பாதிப்பு என செய்திகள் வெளியானதும் கட்செவி அஞ்சலில் வந்து விழுந்த ஏராளமான போன்மிகளை (மீம்ஸ்) கண்டு ரசித்து வாய்விட்டு சிரித்தோம். 'இது போன்றதொரு கொள்ளைநோய் சீனாவில் ஏற்பட்டபோதுதான் நம் போதிதர்மர் அங்கு சென்று வைத்தியம் பார்த்தார். தற்போது பழைய காலம் மீண்டும் திரும்புகிறது. மற்றுமொரு போதிதர்மர் அங்கு சென்றாக வேண்டும்' என மனதுக்கு வந்ததையெல்லாம் மசாலாவாக்கி போன்மி ஆக்கியிருந்தார்கள்.

"எங்கிட்டயெல்லாம் உன் பாச்சா பலிக்குமா?" என தமிழ்நாட்டு வெயில் கொரோனாவைப் பார்த்து நக்கலாக சிரிப்பதும் அதற்குக் கொரோனா கிருமி "ஆமாம்! தப்பு கணக்கு போட்டுட்டேன்" என பம்முவதுமாக எத்தனை எத்தனை புதிய சிந்தனைகள்!

சீனாவில் புதிய நோயாளிகளின் தற்போதைய எண்ணிக்கை 112 (மாறுதலுக்கு உட்பட்டது) என்ற அளவில் குறைந்துள்ளது. இதற்குக் காரணம் நகரிலிருந்த சமுதாய கூடங்களையெல்லாம் தற்காலிக மருத்துவமனையாக அவர்களால் மாற்ற முடிந்தது. வெறும் பத்து நாட்களுக்குள் இரண்டு மருத்துவமனைகள் கட்டி முடிக்கப்பட்டுவிட்டது. முற்றிலும் நவீன வசதிகளுடன் கூடிய 2500 படுக்கைகள் என உலக நாடுகளின் புருவத்தை உயரச் செய்தது. அவர்களிடமிருந்து பாடம்

கற்றுக் கொள்ளாமல் கைப்புள்ளையைக் கட்டவிழ்த்துவிட்டுக் கலாய்த்துக் கொண்டிருந்தோம்.

அதன்பிறகு கொரோனா தன் ருத்ரதாண்டவத்தை உலக நாடுகளில் ஆடத் தொடங்கிய சங்கதி அறிந்து அமைதி காத்தனர். நாளொரு மேனியும் பொழுதொரு வண்ணமாய் அங்கே இங்கே சுற்றி 'விடுவேனா பார்' என்று இந்தியாவிலும் ஊடுருவி விட்டபின் தற்போது எங்கும் கொரோனா எதிலும் கொரோனா என்றே மக்கள் பேசத் தொடங்கிவிட்டனர். எதில் துவங்கினாலும் இறுதியில் கொரோனா எனும் புள்ளியைத் தொட்டே முடிப்பதாய் உள்ளது. போன்மியை [மீம்ஸ்] கடத்திக் கொண்டிருந்தவர்கள் கடைசியில் கடைத்தெருவுக்குப் போகக் கூட அச்சப்பட்டு நிற்கின்றனர்.

எத்தனை பெரிய அணு ஆயுதத்துக்கெல்லாம் பயப்படாத உலக நாடுகள் கண்ணுக்குத் தெரியாத இந்த நுண்கிருமி குறித்துப் பெரும் கவலைகொள்ளும் சூழல் இந்தத் தலைமுறையினருக்கு முற்றிலும் புதிது.

சில வருடங்களுக்கு முன் வந்த சார்ஸ், எபோலா, பன்றிக்காய்ச்சல் போன்ற அச்சுறுத்தும் நோய்களைக்கூட சர்வசாதாரணமாய் கடந்தோம். ஆனால், இம்முறை அப்படியாக கடக்க முடியாமைக்குக் காரணம் அதன் பரவும் வேகம்.

கொரோனாவைத் தேசிய பேரிடராக கருதிப் பணிகளைச் செய்யுமாறு மாநில அரசுகளுக்கு மத்திய அரசு தற்போது அறிவுறுத்தியுள்ளது. யாரும் பீதியடைய வேண்டாம் என அரசு அறிவித்தாலும் இதன் பரவும் வேகம் குறித்தான அச்சத்தை யாராலும் குறைக்க முடியவில்லை.

மக்கள் கூட்டம் பிதுங்கி வழியும் நம்மூர் சாலைகள் சிலவற்றை யோசித்துப் பார்க்கவே அச்சமாக உள்ளது. பக்கத்துப் மாநிலங்களில் திருமணங்கள் தள்ளி வைக்கப்பட்டிருக்கின்றன. திரையரங்குகள் மூடப்பட்டுவிட்டன. பல்பொருள் வர்த்தக மையங்கள், உடற்பயிற்சி கூடங்கள் சில வார காலங்களுக்கு மூடப்படும் என்ற அறிவிப்பு வெளியாகிவிட்டது. மக்கள் பொதுவிடங்களில் கூடவேண்டாம் என்ற தொடர் அறிவுறுத்தல்கள். வெளி மாநில பள்ளிகளுக்கு விடுமுறை அறிவிப்புகள் வந்த வண்ணம் உள்ளன. தமிழகத்திலும் மழலையர் முதல் தொடக்கப் பள்ளிகளுக்கு மார்ச் 31 வரை விடுமுறை அறிவித்தாயிற்று.

இப்படி நிமிடத்துக்கு நிமிடம் தொலைக்காட்சியில் சொல்லப் படும் செய்திகளைக் கேட்டு மக்களின் மனம் பலவீனமாகி விட்டது. வருவது வரட்டும், பார்த்துக் கொள்ளலாம் என்று இருந்தவர்களுக்குக் கூட உள்ளுக்குள் உதறத் தொடங்கி விட்டது. ஏன் இந்நோய் குறித்தான இப்படி ஒரு அச்சம்? ஒரு காணொலி காட்சியைக் காண நேர்ந்தது. சீனாவில் கொரோனா பாதித்த மனைவி ஒருவர் அறைக்குள்ளே தன்னை முழுக்க மூடிக்கொண்டு படுக்கையில் அமர்ந்திருக்க அவருடைய கணவர் செய்வதறியாது அந்த அறையையே சுற்றி சுற்றி வந்து கொண்டு ஏதேதோ பேச்சு கொடுக்கிறார். அவர் மனைவி அறைக்குள்ளிருந்தபடியே இங்கு வர வேண்டாம் என குரல் கொடுக்கிறார். அவருக்கான உணவை வெளியே வைத்துவிட்டு வந்து எடுத்துக் கொள்ளுமாறு கூறுகிறார். பொதுவாக நோய்வாய்ப்பட்டவர்களுக்குச் சிகிச்சையை விட முக்கியமானது அன்புடையவர்களின் ஆறுதல் மற்றும் நம்பிக்கையைத் தரும் வார்த்தைகள்தான். அது கிடைக்காது தனிமைப்படுத்தப்படும் சூழலில் அந்தக் காணொலி காண்போரை உருக்கிக் கண்ணீர் சிந்த வைத்தது.

பெரியவர்களுக்கே இந்த கதியெனில் குழந்தைகளுக்கு வந்துவிட்டால் என்ன செய்வது என்ற பதட்டமே பெரும் பீதியடையச் செய்கிறது. சிகிச்சையில் ஈடுபடும் மருத்துவர்களுக்கும் மருத்துவப் பணியாளர்களுக்குமே தங்களைப் பாதுகாத்துக் கொள்ள போதிய உடை, முகக்கவசம், கண்ணாடி போன்றவற்றுக்குப் பற்றாக்குறை என செய்திகள் கூவுகின்றன.

முன்னெச்சரிக்கையை முடுக்கிவிட வேண்டிய சிக்கலான காலகட்டம் இது. இந்தியாவிலும் கொரோனாவின் தாக்கம் ஏறுமுகமாக இருக்கிறது. முன்னெச்சரிக்கை நடவடிக்கைகள் மேற்கொள்ள வேண்டிய முக்கிய காலகட்டத்தில் நிற்கிறோம். ஏனெனில், இந்தக் கிருமி தொற்றுள்ளவர்களில் 26% எந்தவிதமான அறிகுறிகளும் இல்லாமல் பிறருக்கு நோயைப் பரப்ப முடியும் என்கின்றனர் சீனமருத்துவர்கள்.

எதுவும் பல்கிப் பெருகிப் போன பின்பு கட்டுப்படுத்துவது மிகப்பெரிய பிரம்மபிரயத்தனம். துவக்கத்திலேயே கட்டுப்படுத்து வதுதான் சாலச்சிறந்தது. வளர்ந்த நாடுகளிலேயே அதிகளவு தொற்று பரவியபின்தான், மிகப்பெரிய நடவடிக்கைகளுக்குப் பிறகுதான் கட்டுப்படுத்த முடிந்தது. நம்மிடம் அத்தனை மருத்துவ வசதிகள் உள்ளனவா எனும் கேள்வியே சாமான்யனுக்கும் வயிற்றில் புளியைக் கரைக்கும் சங்கதியாய் உள்ளது. சீனாவைப்

போலவே அதிக மக்கள் தொகை கொண்ட நாடு நம்முடையது. எங்கெங்கு காணினும் மக்கள் நடமாட்டமும் ஒன்றுகூடுதலும் சகஜம். விழிப்புடன் இருந்து இயன்றவரை நம்மை நாம் பாதுகாத்துக் கொள்வோம். நோய்த்தொற்று அதிகரித்துவிட்டால் மருத்துவர்களும் எத்தனை நோயாளிகளைத்தான் பார்த்துச் சிகிச்சையளிக்க முடியும்?

சில்வியா பிரௌனி என்ற மேலைநாட்டுப் பெண்மணி சில வருடங்களுக்கு முன் 'END OF DAYS - Predictions and Prophecies About the End of the World' என்ற நூலில் உலகத்தின் இறுதி நாட்கள் குறித்த ஊகங்களும் தீர்க்கதரிசனங்களும் குறித்து அலசியுள்ளார். அதில் 2020 ஆம் ஆண்டுவாக்கில் நுரையீரல் அழற்சியை ஏற்படுத்தக்கூடிய தொற்றின் மூலம் உடல் நலக்குறைவு உலகம் முழுவதும் பரவும். அனைத்து சிகிச்சை முறைகளுக்கும் அது மிகப்பெரிய சவாலாக இருந்து திகைப்பை உண்டாக்கும். பின் வந்த வேகத்தில் மறைந்துபோய் மீண்டும் பத்து வருடங்களுக்குப் பிறகு மறுபடியும் தாக்கிப்பின் முழுமையாக மறையும் என்று வருவதை முன்கூட்டியே தன் நூலில் குறிப்பிட்டுள்ளார். இது எந்த அளவுக்கு உண்மை என்று பொறுத்துத்தான் பார்க்க வேண்டும்.

நம்மூர் பஞ்சாங்கத்தில்கூட உலகின் கிழக்கு பகுதியில் தோன்றிய ஒரு புதுவகை கிருமி உலகை உலுக்கும் என்று குறிப்பிடப்பட்டிருந்ததாக நண்பர் ஒருவர் தெரிவித்தார்.

தண்ணீருக்காக, அணுஆயுதங்களுக்காக உலக நாடு களிடையே உலகயுத்தம் மூளும் என்று பேசித்தீர்த்த நாடுகள் உண்மையில் கொரோனாவை வீழ்த்துவதில் ஒன்றிணைய வேண்டும். உண்மையில் இந்த உலகயுத்தம் உலக மக்களுக்கும் கொரோனாவுக்கும் இடையிலானது.

இந்தியச் சுற்றுப்பயணத்தில் வணக்கம் வைக்க கற்றுக் கொண்டதாகவும் அது கொரோனாவை எதிர்கொள்ளும் தருவாயில் பயனளிக்கிறது என்றும் மகிழ்வுடன் கூறியுள்ளார் அமெரிக்க அதிபர் டொனால்ட் டிரம்ப். இப்போது உலகெங்கிலும் நம் வணக்கம் வைக்கும் முறையே பின்பற்றப்படுகிறது.

"அலுவலகத்தில் லீவு தர மறுக்கிறார்களா? இரண்டு முறை தும்முங்கள் போதும். ஊதியத்துடன் கூடிய காலவரையற்ற விடுமுறை கிடைக்கும்" போன்ற நகைப்புச் செய்திகளைப் புறந்தள்ளிவிட்டு ஆக்கப்பூர்வமான செயல்களில் கவனம் செலுத்த வேண்டிய தருணமிது நண்பர்களே. கி.மு.4 ஆம்

நூற்றாண்டிலேயே கொரோனா கிருமி பற்றி சித்தர் போகர் எழுதிய பாடல் என்றும் கிருமி குறித்த அகத்தியரின் மருத்துவம் என்றும் சிலப்பதிகாரத்தில் கண்ணகி பாண்டியனை நோக்கி பாடுவதான பாடலிலும் இந்த கொரோனா கிருமியைப் பற்றி நம் தமிழ் மண்ணில் அப்போதே சொல்லப்பட்டிருக்கிறது என்பது போன்ற வதந்திகள் ஒருபுறம் உலா வந்துகொண்டிருக்கிறது. இதையெல்லாம் புறக்கணிக்க வேண்டியது அவசியம். போர்க்கால பணியாக அனைத்து துறைகளுமே விழிப்புடன் இருந்து களப்பணியாற்ற வேண்டிய காலமிது. தில்லியில் கொரோனா என்றதுமே முகக்கவசத்துக்கு இங்கு தட்டுப்பாடுகள் ஏற்பட்டுவிட்டது. செயற்கையான தட்டுப்பாடுகளை ஏற்படுத்தாமல் இக்கட்டு நேரங்களில் நாட்டின் நிலை அறிந்து நாட்டுமக்களின் மீது பற்றுக்கொண்டு சேவையாற்ற வேண்டும்.

மனிதா... நீ எவ்வளவு பெரிய கொம்பனாக உருமாறினாலும் உன்னை அடக்கி ஒடுக்கும் சக்தி என்னிடம் உள்ளது என்ற செய்தியை சீரான இடைவெளியில் காலந்தோறும் உலகமக்களுக்கு இயற்கை ஏதோவொன்று மூலமாக சொல்லிக்கொண்டே இருக்கிறது. கற்றது கைமண் அளவு. கல்லாதது உலகளவு என்று சொல்வார்கள். உண்மையில் கற்றது கைமண் அளவு கூட இல்லை என்ற உண்மையை அவ்வப்போது உணர்த்திக் கொண்டே இருக்கிறது இயற்கை.

சீனாவில் கொரோனா எதிர்ப்பு மருத்துவ நடவடிக்கைகளை ஒரு வாரம் முன்பே தொடங்கியிருந்தால் 66% நோய்ப் பரவலைத் தடுத்திருக்க முடியும். மேலும் மலவாய்மூலமாகவும் கொரோனா கிருமி பரவுவதாக சீன ஆய்வுகள் கூறுவதாக சொல்கிறார் மருத்துவர் ஜி.ஆர்.ரவீந்திரநாத். ஆகவே தேவையற்ற பயத்தையும் பயணத்தையும் தவிர்த்து முன்னெச்சரிக்கை நடவடிக்கைகளுக்கு ஒத்துழைப்புக் கொடுத்து ஊர்கூடி தேர் இழுத்து கொரோனாவை முறியடித்து வென்றெடுப்போம். அனைத்தையும் தைரியத்துடன் எதிர்கொள்வோம். நம்மை நாம் பாதுகாத்து உயிர்பலியை தவிர்ப்போம்.

'தெய்வத்தான் ஆகாது எனினும் முயற்சிதன்
மெய்வருத்தக் கூலி தரும்'

ஊழால் கருதிய பயன் கைகூடாதாயினும் நாம் மேற்கொள்ளும் தடுப்பு முயற்சிகள் நிச்சயம் பயனளிக்கும்.

* * *

கொரோனாவுக்கு முன்...
கொரோனாவுக்கு பின்...

நம் மனித இனத்தைப் பல வகையிலும் அச்சுறுத்திக் கொண்டிருக்கும் கொரோனா வைரஸ் நம் நாட்டுக்குப் பரிச்சயமாகிச் சில மாதங்களே ஆனாலும் பெரிய பிரளயம் ஏற்பட்டுவிட்டது போலான உணர்வு தான் அனைவருக்கும். ஊரடங்கு காரணமாக யாரும் யாரையும் பார்க்க முடியவில்லை. வீடுகள் எல்லாம் தனித் தனி தீவாகி விட்ட அவலம். சரி, ஊரடங்கில் உழன்ற இத்தனை நாள் போனது போகட்டும். இனி, எப்போது நிலைமை சீரடையும் என்பதே எல்லோருடைய ஏக்கமாக உள்ளது. இதில் ஒரு சில முன்னெடுத்தலுக்கு வகை காணாது மேலும் இரண்டு வாரங்கள் ஊரடங்கு உத்தரவு பிறப்பிக்கப்பட்டுள்ளது. ஆனால் வெவ்வேறு வண்ண மண்டலங்களுக்கேற்ப ஒரு சில தளர்வுக்கான ஆணைகளும் நடைமுறைக்கு வந்துள்ளன.

கொரோனா வருவதற்கு முன் நாடும் வீடும் இருந்த நிலை வேறு. கொரோனா வந்ததற்குப் பின் இது முற்றிலும் தாறுமாறு. அதிலும் குறிப்பாக அலுவலர்கள், ஊழியர்கள், வியாபாரிகள் இந்த இரண்டு மாத காலத்துக்குள் என்னென்ன மாற்றங்களைக் கண்டுள்ளார்கள்?

சிறு, குறு, பெரு வணிகர்கள், நிறுவனங்கள் முற்றிலும் முடங்கிப் போய் கிடக்க, தனியார்

நிறுவனங்களிலோ புதிதாக வேலை வாய்ப்புகள் உருவாகும் சாத்தியக் கூறுகள் அனைத்தும் இப்போதைக்கு முற்றிலும் அறுபட்டுப் போயுள்ளது. ஆக அனைத்துத் தரப்புகளிலுமே முக்கிய செலவுகளைக் குறைக்க வேண்டியிருக்கும். இந்த நிலைமை இன்னும் 6 மாதங்களுக்கு இப்படியேதான் நீடிக்க வாய்ப்புள்ளதாக தெரிகிறது.

அலுவலகத்தில் குறிப்பிட்ட இடத்தில், குறிப்பிட்ட நேரத்தில் நிறுவனத்தின் பொருளைக்கொண்டே வேலை செய்தது மாற்றம் அடைந்து நம் பொருளைக் கொண்டே எப்போது வேண்டுமானாலும் பணி செய்யலாம் எங்கிருந்து வேண்டுமானாலும் பணி செய்யலாம் என்ற நிலை வந்துள்ளது. உள்ளீடுகளில் இருந்த கவனம் தற்போது வெளியீடுகளில் குவிந்துள்ளது. சில படிநிலைகளின்படி பயணிக்க வேண்டிய தாத்பரியங்கள் எல்லாம் மாறி தமக்கான நிலைகளைத் தாமே உருவாக்கிக் கொள்ளும் நிலை உருவாகியுள்ளது. முன்பு தினசரி வரையறுத்து வைக்கப்பட்ட திட்டப்பணிகள், இன்றோ நித்தம் திருத்தியமைக்கப்பட்ட படி உள்ளன. முன்பு தகவல் சேகரிப்புகளில் குவிந்த கவனம் இன்று தகவல் பரிமாற்றத்தில் உயிர் பெறுகிறது. அறிவு சார்ந்த யோசித்தலுக்குக் கொடுக்கும் முக்கியத்துவத்தை விட இக்கடின காலத்தை மாற்றி அமைக்க இடம்கொடுக்கிற முன்னெடுப்புகளையே ஊக்குவிக்கிறார்கள்.

இப்படி ஊழியர்களின் நிலை ஊசலாடிக்கொண்டு இருக்கிறது.

சில நிறுவனங்களில் விற்பனையே இல்லை. ஆனாலும் அவர்கள் தம் ஊழியருக்குச் சம்பளம் கொடுத்தே ஆகவேண்டும் என்ற நெருக்கடி நிலை. அரசுப் பணியாளர்களுக்கும் அகவிலைப்படி முதல் ஈட்டிய விடுப்பு துய்ப்பது வரை எண்ணற்ற கெடுபிடி உத்தரவுகளை அரசு பிறப்பித்துள்ளது.

பெரும்பாலான மென்பொருள் நிறுவனங்கள் வீட்டிலிருந்தே பணிபுரிய உத்தரவிட்டிருப்பதால் ஊதியக் குறைப்புக்குச் சாத்தியங்கள் உருவாகியுள்ளன. இதனால் ஊக்கத்தொகை, பதவி உயர்வுக்கான சாத்தியங்களுக்குப் பின்னடைவு ஏற்பட்டுள்ளது. பெற்றுக்கொண்டிருந்த சம்பளத்துக்கேற்ப செலவுகளைக் கட்டமைத்துக் கொண்டு வாழப் பழகியிருந்து விட்டு, பின் அது குறைக்கப்படும்போது குறைந்த வருமானத்துக்கு ஏற்ப

வாழக்கூடிய துர்பாக்கியமான சூழல் ஏற்படுகிறது. ஒரு சராசரி குடிமகன், தான் பெற்ற கடனுக்கேற்ப செலுத்த வேண்டிய மாதத்தவணைகளைச் செலுத்தியே ஆக வேண்டும். அது போக மீதம் இருப்பதை வைத்தே குடும்பம் நடத்த வேண்டும். அதனால் நிச்சயம் செலவுகளைக் குறைத்தே ஆக வேண்டிய கட்டாயத்துக்குத் தள்ளப்படுகிறான். இது ஒரு சாதாரண மனிதனுக்கு மட்டுமல்ல. நம் சமூகம், அலுவலகம் முதற்கொண்டு அது ஏற்படுத்துகின்ற தாக்கம் நம் வீடு வரை எதிரொலிக்கும். ஆக செலவுகளைக் கட்டுப்படுத்த வேண்டியிருக்கும்.

செலவுகளைக் குறைக்க வேண்டிவரும்போது எவையெல்லாம் அத்தியாவசியம், எவையெல்லாம் அநாவசியம் என நம் மனம் வகை பிரிக்கத் தொடங்கிவிடும். நம் ஆண்ட்ராய்டு மொபைலில் இடப்பற்றாக்குறை ஏற்படும்போது, ஒரு மாதமாக உபயோகப்படுத்தாத 'ஆப்'களை அழிக்க நம் ஆணைக்காக தொடுதிரை காத்திருக்கும். அதுபோல நம் வீடுகளில் பார்வையைச் சுழற்றினால் ஒரு வருடத்துக்கும் மேலாக நாம் உபயோகிக்காத பொருட்கள் எல்லாமே அநாவசியமாய் வாங்கிக் குவித்த பொருட்களாகத்தான் கண்ணுக்குத் தெரியும். உதாரணமாக உலை அடுப்பு (OVEN), உடற்பயிற்சி சாதனங்கள், தூசு உறிஞ்சி போன்ற சில பொருட்கள் எப்போதோ தேவைப்படும் ஒரு நாளுக்காக வாங்கப்பட்டவையாக இருக்கும். அது இல்லாமலும் கூட நம்மால் இயல்பாக வாழ முடியும். சில பொருட்களைச் சமூக அந்தஸ்துக்காக வாங்கிக் குவித்திருப்போம். மலிவாக கிடைக்கிறது என்பதற்காக சில, நேரத்தை மிச்சப்படுத்துகிறது என்பதற்காக சில என இப்படி ஏதோவொரு காரணத்துக்காக வாங்கியிருப்போம். இனி அது போன்ற பொருட்களை அவசியத் தேவையா என சீர்தூக்கிப் பார்த்து வாங்க வேண்டிய காலத்தில் இருக்கிறோம்.

மாதா மாதம் துணி எடுத்த நிலை மாறி பழையபடி பண்டிகைகளுக்குத் துணிக்கடை பக்கம் போனால் போதும் எனும் நிலை ஏற்படலாம். கட்டுமான பணிகள், வீட்டுக்கு வண்ணமடித்தல் உள்ளிட்ட சில வேலைகள் தள்ளிப்போகும் வாய்ப்புகள் உண்டு.

வீட்டிலிருக்கும் தொலைக்காட்சியின் அளவு சிறியதாக இருப்பதாக பிள்ளைகள் முனகினால், உடனே OLXல் அதை

விற்றுவிட்டு அமேசானில் புதியதாய் பெரிய LED யை வாங்கியிருப்போம். இனி புதிதாக ஒரு பொருளை வாங்க பெரிதும் யோசிக்க வேண்டியிருக்கும். உலகமயமாக்கலின் பிரதிபலிப்பால் தீவிர நுகர்வுத்தன்மை ஏற்பட்டு விலை குறைவாகக் கிடைத்த பன்னாட்டுப் பொருட்களை வாங்கும் நிலை பரவலாகியிருந்தது. இனி மக்களின் வாங்கும் சக்தி குறைவதனால் அனைத்திலும் இது எதிரொலித்து ஒரு தேக்க நிலையை உருவாக்கும்.

இதெல்லாம் நடுத்தர மக்களுக்கே சிரமம் எனும்போது கொரோனாவினால் முற்றிலும் வாழ்வாதாரத்தை இழந்து தவிக்கும் சாமான்ய மக்களுக்கு இது அளவிட முடியாத வேதனை. அன்றாட உணவுக்கே அடுத்தவர் உதவியை எதிர்பார்க்க வேண்டிய நிலை என இது ஒரு அசாதாரண சூழ்நிலை. அன்றாடம் உழைத்துக் கூலிபெற்றுக் குடும்பம் நடத்திய நிலை மாறியுள்ளது. ஈயத்தைப் பார்த்து இளித்ததாம் பித்தளை எனும் கதையாக யாரை யார் தேற்றுவது எனும் நிலைதான் சில காலத்துக்கு ஓடும் போலிருக்கிறது. கொரோனாவினால் ஒரு சில தொழில்கள் முற்றிலும் பாதித்தாலும் ஒரு சில தொழில்கள் நன்றாக வளர்ச்சியடையவும் வாய்ப்பு உள்ளது.

இக்கொடிய காலத்தில் கொண்டாட்டங்களுக்கு, திருவிழாக்களுக்கு, சுபநிகழ்வுகளுக்கு வாய்ப்பு இல்லை. எண்ணற்ற திருவிழாக்கள் ஒவ்வொரு ஊர்தோறும் ரத்து செய்யப்பட்டுவிட்டன. ஒரு திருவிழாவை எடுத்துக் கொண்டோமேயானால் எண்ணற்ற மக்கள் அது சார்ந்து பொருளீட்டி அடுத்த சில மாதங்களுக்கான தம் செழிப்பான வாழ்வுக்கு உரம் ஏற்ற இந்தத் திருவிழாவை நம்பியே இருந்திருப்பர். அதெல்லாம் ஒரு கனாக்காலம் என்று சொல்லும்படியாகிப் போன தவக்காலத்தில் வாழ்கிறோம்.

ஆக... இது கடின காலம். திருவிழா சமயங்களில் கொண்டாட்டத்துக்கு இடையே எண்ணற்ற தான தர்மங்கள் நடைபெறும். திருவிழா நடைபெறாத இன்றைய சூழலில் இருப்பவர்கள் இல்லாதோர்க்கு உதவி செய்வது இறைவனுக்கு செய்யும் சேவை.

இந்த இக்கட்டான காலக்கட்டத்தில் மக்கள் ஒன்றை அறிந்து கொண்டார்கள். வீட்டில் இருந்தாலும் உண்ண

உணவு வேண்டுமே. அதற்கு தட்டுப்பாடு ஏற்பட்டுவிட்டால் என்ன செய்வது என்ற பயத்தில் காய்கறிகளையும், பழங்கள் மளிகை பொருட்களையும் வாங்கி அடுக்கிக்கொள்ள பறந்தனர். உணவுப் பொருளும் தடைபட்டால் என்னாவது என்ற பயம் சூழ்ந்தது. அரசும் விவசாய பணிகளை வழக்கம் போல செய்யலாம் என துவக்கத்திலேயே பச்சைக்கொடி காட்டியது. விவசாயிகளின் அயராத உழைப்பால்தான் அன்றாடம் நாம் பசியாறிக் கொண்டிருக்கிறோம். கொரோனா எதிர்ப்பு போராளிகளைப் போலவே அவர்களும் சலியாது பணியாற்றிக் கொண்டிருக்கிறார்கள். இந்நேரம் அவர்களையும் நாம் நன்றியுடன் நினைத்துப் பார்ப்போம்.

இனிவரும் காலங்களில் விவசாயம் சார்ந்த தொழில்களே முன்னிலை பெறும் என யூகிக்கின்றனர்.

2000 ஆம் ஆண்டு வெளிவந்து விற்பனையில் சக்கைபோடு போட்ட 'ரிச் டாட் புவர் டாட்' (Rich Dad Poor Dad) எனும் புத்தகத்தில் பணக்கார தந்தை எட்டாம் வகுப்பில் தோல்வியடைந்திருப்பார், ஏழை தந்தையோ வாத்தியாராக இருக்கும் பட்ஜெட் குடும்பம். அவரவர் பிள்ளைகள் பள்ளி சுற்றுலா செல்ல வேண்டி தன் தந்தையிடம் பணம் கேட்பர். பணக்கார தந்தை, 'உனக்கு எப்போது வேண்டுமோ சொல், அப்போது தருகிறேன் என்பார். ஏழை தந்தையோ ரொம்ப யோசிப்பார்'. அப்புத்தகத்தில், 'குறிப்பிட்ட பணத்தில் எப்படி குடும்பம் நடத்துவது என்று யோசித்து அப்படி முடியாத பட்சத்தில் செலவுகளை அடுத்தடுத்த மாதத்துக்கு ஒத்தி வைப்பவர் ஏழை தந்தை என்றும் இன்னின்ன செலவுகளுக்கு ஏற்ப வருமானத்தை பெருக்கிக் கொள்பவர் பணக்கார தந்தை' என்றும் சின்னதாக ஒரு சூத்திரம் சொல்லப்பட்டிருக்கும்.

நம் கையிலும் இதுபோன்ற இரண்டு விருப்பத்தேர்வுகள் உண்டு. கொரோனா காலத்தில் இதை முன்னெடுப்பது சற்றே கடினம் என்றாலும் நம் எண்ணங்களை வலிமையாக்கி ஆக்கபூர்வமாய் செயல்பட்டு பொருள் ஈட்டுவோம். நாட்டுக்குத் துணை நிற்போம்!

* * *

கொரோனா கற்றதும் பெற்றதும்

இந்த வரலாற்றுச் சிறப்பு மிக்க ஊரடங்கு நாட்கள் எப்போது முடியும் என இந்தியாவே தற்போது ஆவலுடன் எதிர்நோக்கியுள்ளது. கொரோனாவின் தாக்கம் அதிகமாகியுள்ள நிலையில் இந்த ஊரடங்கு மேலும் நீட்டிக்கப்படலாம் என்ற சந்தேகம் ஒரு புறம். இன்னும் நீட்டிக்கப்பட்டால் தாக்குப்பிடிக்க முடியுமா என்ற பதற்றம் மறுபுறம்.

விடுமுறைக்காக ஏங்கித் தவித்த காலங்கள் போய் 'போதும் விடுமுறை. திறந்திடு சீஸேம்' என கதவுகளின் திறப்பிற்காக ஏங்கும் நிலை. இந்த நாட்களில் விடுமுறை இருந்தும் உண்மையில் அதை அனுபவிக்கும் நல்ல மனநிலை யாருக்கும் வாய்க்கப்பெறவில்லை. இனம் புரியாத பயமே அனைவரையும் ஆட்கொண்டிருக்கிறது. நாட்டின் நிலை குறித்து கவலை சூழ்கிறது.

எது எப்படியாயினும் இந்த அதிபயங்கர கொரோனா வைரஸ் வாழ்க்கையின் நிதர்சனத்தை நெத்தியடியாக உணர வைத்துள்ளது. நம்மைப் பற்றி நாம் தற்சுரணையுடன் மதிப்பீடு செய்து கொள்ளும் நிலையை ஏற்படுத்தியுள்ளது. இதிலிருந்து நாம் எண்ணற்ற பாடங்களைக் கற்றுக் கொண்டோம். 'கை கழுவுதல் தினம்' என ஒரு நாள் ஏற்கனவே கடைபிடிக்கப்பட்டாலும் அந்தச்

சிந்தனையை அன்றே கைகழுவி வந்தவர்கள் நாம். ஆனால், இந்த கொரோனா... வெளியே சென்று வீட்டுக்குள் வந்தால் நம்மைச் சுத்தப்படுத்திக் கொள்ள வேண்டும் என்று செவுலில் நன்கு அறைந்து சொல்லியுள்ளது. கை கழுவுதல் குறித்துக் கை சூப்பும் குழந்தைகள் முதல் தள்ளாடும் முதியவர் வரை அனைவரும் தற்போது கவனத்தில் கொள்கின்றனர். பணம் இருந்தால் சொகுசாக வாழலாம்தான். ஆனால், எல்லாக் காலங்களிலும் பணம் மட்டுமே வாழ்க்கையாகிவிடாது என்ற பேருண்மையைப் பணம் படைத்தவர்களுக்கு உரக்க உரைத்திருக்கிறது காலம். இதன் பொருட்டு எண்ணற்றோர் தன்னலம் துறந்து சேவை பணியாற்றினர். வாழ்வாதாரம் முற்றிலும் தொலைந்து போனவர்களுக்குத் தம்மால் முடிந்த உதவிகளைச் செய்யத் துவங்கினர். அன்புக்கும் பாசத்துக்கும் அளவிட முடியா சிறப்பு உண்டு என்பதை இந்த ஊரடங்கு நாட்களில் உணரத் துவங்கினர் பலர்.

ஏனைய நாட்களை விட இந்த ஊரடங்கு தினங்களில் பெண்களின் பங்கு அளப்பரியது. இருப்பதை வைத்து விதவிதமாக சமைத்தாக வேண்டும். அதிலும் குழந்தைகள், பெரியவர்கள், கணவன் உள்ளிட்ட அனைவரையும் திருப்திப்படுத்த வேண்டும் என்ற பெரும் சவால் அவர்களுடையதுதான். வாழ்வின் அரிய பொக்கிஷ நாட்களாக எண்ணிச் சிறப்பாக கையாண்ட அவர்களுக்குக் கன்னேறு கழிக்க வேண்டும். 'வீட்டில் சும்மா தானே இருக்கே!' என்று பெண்களைச் சதா இடித்துரைத்தவர்கள் கூட மனம் மாறினர்.

குழந்தைகள், வீட்டுப் பெரியவர்கள் சொல்வதை வேறுவழியின்றிக் கேட்டாலும் பல நல்ல விஷயங்களைக் கற்றுக் கொண்டிருப்பார்கள். பழைய சோறைப் பற்றி கிண்டலடித்துக் குப்பை உணவுகளுக்கு மாறியவர்கள்கூட மனதளவில் நம் உணவுமுறை குறித்துத் தற்போது சிலாகிக்கிறார்கள். துரித உணவுகள் இல்லாமல் வாழ்க்கை இனிமையாக இருந்ததை அவர்கள் நம்பத்தொடங்கியுள்ளனர். மொட்டை மாடிக்குச் சென்று நிலாச்சோறு உண்டு இயற்கையை வாசிக்கவும் நேசிக்கவும் தொடங்கியுள்ளனர்.

இதையெல்லாம் விட மனிதர்களுக்குள் நிலவி வந்த 'தான்' என்ற அகங்காரம், திமிர் எல்லாம் அடியோடு கரைந்து

காணாமல் போயிருக்கிறது. எப்போது உறவினர்களை, நண்பர்களை, மனிதர்களைப் பார்த்துப் பேசி மகிழ்வோம் என பரிதவித்துப் போயுள்ளார்கள். யாரிடம் பேசினாலும் அன்பு கலந்து தேனொழுக பேசுகிறார்கள். வாழும்வரை அன்புகொண்டு பிறரை மதித்து வாழும் வாழ்க்கை முறை குறித்து ஞானம் பெற்றுள்ளனர். தேவைக்கு அதிகமாக செய்து வீணடிக்கும் பழக்கம் தொலைந்து சிக்கனம் கைவரப் பெற்றிருக்கிறது. நாம் வாழ்ந்த வாழ்க்கையைச் சற்றே பின்னோக்கித் திரும்பி அசை போட்டுப் பார்க்கிறோம். நல்ல சிந்தனைகள் கைவரப் பெற்றிருக்கிறது. காவல்துறையினர் மேல் இருந்த எதிர்மறை அணுகுமுறை மாறியுள்ளது.

பொதுவாக பல விஷயங்களை உதாரணம் சொல்லி வெளிநாடுகளைப் பார்த்து சூடுபோட்டுக் கொண்டதுதான் அதிகம். ஆனால், இந்த கொரோனா வைரசின் தாக்கத்தால் பல வெளிநாடு வாழ் மக்களின் இயல்புகளை, வாழ்வியல் முறைகளை இன்னும் ஆழ்ந்து தெரிந்து கொண்டோம். இந்தப் புண்ணிய பாரத பூமியில் நாம் பிறந்ததற்காகப் பெருமை கொள்ள வேண்டிய தருணமாக இருக்கிறது.

நம் நாட்டில் இக்கிருமியை எதிர்க்க அரசு மேற்கொண்ட முயற்சிகள் பாராட்டத்தக்கது. மருத்துவ மற்றும் சுகாதார ஊழியர்கள், தொற்றிலிருந்து மக்களைக் காப்பாற்றினார்கள் என்றால் காவல் துறையினர் இந்தத் தொற்று மக்களிடையே பரவாமல் பெருமளவில் காத்தனர். அரசுசார்ந்த தூய்மை மற்றும் நிர்வாக பணியாளர்களும் தம்பங்குக்கு இரவு பகல் பாராது முழுவீச்சில் செயல்பட்டார்கள், நம் மூச்சு சீராக இயங்க. இவர்களின் அர்ப்பணிப்பு உணர்வு நமக்குப் பல பாடங்களைப் போதிக்கிறது. எடுத்ததுக்கெல்லாம் குறை சொல்லிக் கொண்டிராமல் அவர்களிடமிருந்து பெற்ற பாடத்தை இனி வரும் காலத்தில் அவரவர் பணிகளில் பிரதிபலிப்போம்.

தேசிய மாதிரி ஆய்வு அமைப்பு 2019 ஆம் ஆண்டின் இறுதியில் ஓர் ஆய்வை நடத்தி வெளியிட்டுள்ளது. 35.8 சதவீதம் பேர்தான் தினமும் சாப்பிடுவதற்கு முன் கைகளைச் சோப்பு அல்லது சோப்புக் கரைசல் போட்டுக் கழுவிச் சுத்தமாக வைத்துக் கொள்கிறார்கள் என்றும் 60% பேர் வெறும் தண்ணீரில் கைகளைக் கழுவுகிறார்களாம். இதில் இன்னும் ஆச்சர்யம்,

நூற்றுக்கு 4.2% பேர் கைகளைக் கழுவாமலேயே சாப்பிடத் தொடங்குகிறார்கள்.

கொரோனாவினால் கற்ற பாடத்தைச் செம்மைபடுத்துவோம், பெற்ற பாடுகளை உணர்ந்து பண்படுவோம். தனிமனித ஒழுக்கம் கடைபிடிப்பது தொடங்கி ஆரோக்கியம் பேணுவது வரை இனிவரும் காலங்களில் உயிரென கடைப்பிடிப்போம். உதாரணமாக, அனைவரும் வீட்டிலிருந்து பைகளை எடுத்துச் சென்றதால் நெகிழிப் பைகளின் உபயோகம் பெரும்பாலும் குறைந்தது. இனி நமக்காக காத்திருக்கும் காலங்களில் இவற்றையெல்லாம் நிறைவேற்றலாம்.

இந்தத் தருணத்தில் பணம் இருந்தால்தான் தானம் செய்ய முடியும் என்பதில்லை. திருமந்திரத்தில் மனம் இருந்தால் தானம் செய்யலாம் என்கிறார் திருமூலர்.

“யாவர்க்கு மாமிறை வற்குஒரு பச்சிலை
யாவர்க்கு மாம்பசு வுக்கொரு வாயுரை
யாவர்க்கு மாம் உண்ணும் போதொரு கைப்பிடி
யாவர்க்கு மாம்பிறர்க்கு இன்னுரை தானே”

இறைவன் சன்னதியில் துளசி அல்லது வில்வ இலைகளை வைத்துப் பிறருக்கு உதவுவது, பசுமாடுகளுக்கு உணவு படைப்பது, நாம் உண்ணும்போது நம் கையில் ஒரு பிடி சோற்றை பிற உயிர்களுக்குப் பகிர்ந்தளிப்பது, இவையெல்லாம் கொடுக்க முடியாவிட்டாலும் பிறரிடம் இனிமையாக பேசுவதுகூட ஒருவகை தானமே என எளிமையாக தானம் செய்யும் முறையைக் கூறுகிறார். ஆக, இந்த கொரோனா காலத்தில் நம்பிக்கை ஏற்படுத்தும் வார்த்தைகளை இனிமையுடன் வேண்டுபவர்க்குப் பகிருவது சிறப்பாக இருக்கும்.

மொத்தத்தில் இந்த ஊரடங்கு காலம் சிலருக்கு வரமாகவும் சிலருக்கு சாபமாகவும் இருந்திருக்கக் கூடும். வேகவேகமாக ஓடிக்கொண்டிருந்தவர்களைத் திடீரென்று காலில் சங்கிலி கட்டிச் சிறையில் அடைத்தது போல பலருக்கு மனதளவில் பாதிப்பு கூட ஏற்பட்டிருக்கக் கூடும். எப்போது பழையபடி கையில் கடிகாரம் கட்டி ஓடுவோம் என்றிருக்கிறது அனைவருக்கும். ஏற்கெனவே எலியும் பூனையுமாய் வீட்டில் உலவிக் கொண்டிருந்தவர்களின் நிலையெல்லாம் சற்று கவலைக்கிடம்தான். எதுவாயினும் அதை

நிறைவு செய்யும் தருவாயில் இருக்கிறோம். நிலைமையின் தீவிரத்தைப் பொறுத்து அது நிறைவடையலாம் அல்லது மேலும் நீட்டிக்கப்படவும் செய்யலாம்.

இந்த ஊரடங்குக்குப் பின் நாம் வாழ இறைவன் மீண்டும் ஒரு வாய்ப்பு வழங்குவாரானால் முன்பு செய்த தவறுகளைத் திருத்திக்கொள்ள முயலுவோம்.

இந்த நாட்கள் முடிந்து வெளியே வரும்போது ஒரு புது உலகம் நமக்காக காத்திருக்கும். குளித்து முடித்த பருவப்பெண்ணின் மலர்ச்சியைப் போல ரம்மியமாய் இருக்கும். நாமும் நம் பழைய குரோதங்களை மறந்து உலகை நோக்கி காலடி எடுத்து வைப்போம். இனி இந்த உலகில் எது வேண்டுமானாலும் நடக்கலாம். அரசன் முதல் ஆண்டி வரை நிச்சயமில்லாத வாழ்க்கை. இருக்கும்வரை மகிழ்வுடன் இருப்போம். சின்னச் சின்ன சங்கடங்களுக்கெல்லாம் சண்டை இடாமல் விட்டுக்கொடுப்போம். நாம் வாழும் வாழ்வின் உண்மையான மதிப்பு புரியும். வாழும் வாழ்க்கை மிக மிக அர்த்தமுள்ளதாக இருப்பதாய் உணர்வோம். ஆயிரம் ஞானிகள் வந்து அறிவுறுத்தியிருந்தாலும் இத்தனை மனமாற்றம் ஏற்பட்டிருக்காது. இந்த ஊரடங்கு நாட்களில் அதி விரைவில் அனைத்தையும் பெற்றோம். எதுவாகினும் அகந்தை, இறுமாப்பு களைந்து ஒற்றுமையுடன் அனைத்தையும் எதிர்கொள்வோம். நம்மைக் காக்க பிறர் உழைத்த உழைப்பைப் போற்றுவோம். சக மனிதனை நேசிப்போம். புறத்தைத் தூய்மைப்படுத்திக் கொண்ட இவ்வேளையில் நம் அகத்தையும் அன்பு, பாசம், நேசம் கொண்டு தூய்மைபடுத்திக் கொள்வோம்.

* * *

வந்தாரை வாழ வைத்த சென்னை

இந்தியாவின் முதல் மாநகராட்சியும் உலகின் பழமையான இரண்டாவது மாநகராட்சி என்ற பெரும்புகழையும் பெற்ற சென்னை, வந்தாரை வாழவைக்கும் நகரம் என்ற தனிச்சிறப்புப் பெற்றது. பழமையின் சுவடுகள் முழுதும் மாறாமல் நிகழ் காலத்துக்கேற்ற புதுமைகளைத் தாங்கி நிற்கும் சென்னைக்கு இன்று 380 வருட பாரம்பரியம் என்பதாக அறிகிறோம். 1639 ஆம் ஆண்டு இன்றைய சென்னைக்குச் சென்னப்பட்டினம் என்றும் மதராசப்பட்டினம் என்றும் பெயர் சூட்டப்பட்டதாகத் தகவல்கள் கூறுகின்றன. மாதரசன்பட்டினத்தை ஆங்கிலேயர்கள் தங்கள் உச்சரிப்புக்கு ஏற்ப 'மதராஸ்' என்று அழைத்ததாகத் தொல்லியல் ஆய்வாளர்கள் கூறுகின்றனர். 1996இல்தான் கலைஞர் முதல்வராக இருந்தபோது மெட்ராஸ் என்ற பெயரைச் 'சென்னை' என்று மாற்றினார்.

நீளமான மெரினா கடற்கரை, பல விளையாட்டு அரங்கங்கள், வள்ளுவர் கோட்டம், டைடல் பூங்கா, ரிப்பன் கட்டடம், உயர்நீதிமன்றம், மேம்பாலங்கள், உயிரியல் பூங்காக்கள், சிறந்த மருத்துவமனைகள், இந்தியாவின் முதல் புத்தகக் கடை, மெட்ரோ என சென்னை ஒரு கனவு நகரம்.

நியூயார்க் டைம்ஸ் இதழின் 2014 இல் செல்ல வேண்டிய உலகின் 52 இடங்களின் பட்டியலில் சென்னை 26 ஆவது இடத்தைப் பெற்றுள்ளது.

தமிழ் நாட்டிலுள்ள அனைவருக்கும் நினைத்தாலே நினைவுகளில் இனிக்கும் சில நிகழ்வுகள் சென்னையில் நிச்சயம் சிலவாவது இருக்கத்தான் செய்யும். ஏதேனும் ஒரு உறவினரோ, நண்பரோ, தெரிந்தவரோ என்று சென்னையில் வாய்க்கப் பெற்றவராக இருப்பர். நம் தலைநகரம் குறித்தான பெருமையும் அக்கறையும் ஒவ்வொரு தமிழனுக்கும் உண்டு. அதனாலேயே 2015 இல் சென்னையில் வெள்ளம் சூழ்ந்தபோது ஓட்டு மொத்த தமிழகத்தின் மனங்களிலும் நெருப்பு வட்டம் சூழ்ந்தது. தமிழகத்தின் மூலை முடுக்குகளிலிருந்தெல்லாம் சென்னையை நோக்கி உதவிக்கரம் நீண்டது. இவ்வளவு ஏன்? கஜா புயல் ஏற்படுத்திய பேரழிவைவிட சென்னையைத் தாக்கிய வர்தா புயல் பிடுங்கிச் சென்ற மரங்களைப் பற்றித்தான் தமிழகம் அதிகம் கவலை கொண்டது. இந்த அளவில் சென்னைக்கு ஒன்று என்றால் தமிழகமே தவித்துப் போகும் நிலைதான் இன்றளவும். பல தென்மாவட்ட மக்களின் கனவு சென்னைக்கு வர வேண்டும் என்பதே. கலாசாரத்துக்கும் வீரத்துக்கும் விருந்தோம்பலுக்கும் பெயர் பெற்ற சென்னை மண் எந்த ஊரிலிருந்து யார் வந்தாலும் அவரை தன் சொந்தமாக ஏற்றுக்கொள்ளும் மரபைக் கொண்டது. வாகன நெரிசல், தண்ணீர்த் தட்டுப்பாடு, பரபரப்பான வாழ்க்கை முறை எனக் கடின சூழ்நிலைகள் பல இருந்தாலும் அனைத்தையும் சமர்த்தாகச் சமாளிப்பது சென்னைவாசிகளுக்குக் கைவந்த கலை.

ஆனால், கொரோனாவுக்குப் பிறகு தலைப்புச் செய்திகளில் நித்தம் தலை நகரத்தின் பெயர் அடிபடுவது வாடிக்கையாகிவிட்டது. தொற்றுப்பரவல் நாளொரு மேனியும் பொழுதொரு வண்ணமுமாக அதிகரித்தபடியே செல்வதை ஒட்டுமொத்த தமிழகமும் கவலையுடன் பார்க்கிறது.

'சென்னைக்குப் போனா பிழைச்சிக்கலாம் எனும் நிலைமை திரும்பி சென்னையை விட்டு விலகினா பிழைச்சிக்கலாம்' என்பது போல ஆகிவிட்டது எனக் கேலிக்கருத்துப்படங்களைக் கனத்த மனதுடனே கடக்க வேண்டியிருக்கிறது.

சென்னைவாசிகளைக் கொண்டாடி மகிழ்ந்த தமிழகம் தான் இன்று சென்னைவாசிகள் நம் மாவட்டத்தை வந்தடைந்தார்கள்

என்ற செய்தி கேட்டு அச்சமடையத் தொடங்கிய நிகழ்வுகளாக நாம் கண்ணுறுகிறோம். வெளிமாநில, மாவட்ட மக்களைச் சத்ருக்களாக எண்ணும் அபாயகரமான மனவோட்டம் இது. கொரோனா தீநுண்மி ஏற்படுத்திய மிக மோசமான தாக்கமாக இதை நான் பார்க்கிறேன்.

ஒருகாலத்தில் சென்னையின் அழகைத் திரைப்படத்தின் மூலம் பார்த்து ரசித்தவர்கள் ஏராளம். அவர்களின் பெருங்கனவு சென்னையை நேரில் பார்த்து ரசிக்க வேண்டும் என்பது. சென்னைக்குப் போய் வந்ததையே பெருமையாகப் பேசித்தீர்த்த பெரியவர்கள் ஊர்தோறும் இருந்தனர். சென்னைப் பட்டணத்தின் பிரமாண்டத்தைப் பார்த்துப் பாடும் கிராமத்துவாசியாக நாகேஷ்,

"மெட்ராஸ் நல்ல மெட்ராஸ்
மெதுவா போறவங்க யாருமில்ல
இங்க சரியா தமிழ்பேச ஆளுமில்ல
ஆம்பளைக்கும் பொம்பளைக்கும் வித்தியாசம் தோணல..."

என்று, 1967ஆம் ஆண்டு வெளியான 'அனுபவி ராஜா அனுபவி' படப்பாடலிலேயே வெளிப்படுத்தியிருப்பார்.

'கெட்டும் பட்டணம் போய் சேர் என்று சொன்னவன் நல்லவனா நான் அறியேன்' என்றும், வீட்டை விட்டு வெளியேறிய ஓர் இளம் பெண்ணின் ஆசையை வெளிப்படுத்தும் 'மெட்ராஸை சுத்திப் பாக்கப் போறேன்' என்றும் பாடிப் பரவசப்படுத்திய திரைஇசைப் பாடல்களைக் கேட்டிருப்போம். மதராசப்பட்டினம் படத்தில் இடம்பிடித்த அந்தக்கால சென்னையை இந்தக்கால ரசிகர்கள் அதிகம் ரசித்தனர். சென்னையைப் பற்றி பல்வேறு வகைமைகளில் தத்தம் நினைவடுக்கில் நீக்கமற நிறைத்திருந்த மக்கள் தற்போது சென்னை மக்களை எதிர்கொள்ளும் விதம் மாறிப்போய் உள்ளது.

காலம் கொரோனாவின் மூலம் ஏற்படுத்திய கொடுமைகளுள் இதுவும் ஒன்று. காலில் வெந்நீர் கொட்டிய கதியாக வேகவேகமாக ஓடிக்கொண்டிருந்த சென்னை மக்கள் பெரும் கலக்கத்துடனேயே நகர்கின்றனர். தலைநகரில் தொற்றுப்பரவலின் செய்தி சாமான்யர்கள் முதற்கொண்டு பெரும் பணக்காரர்கள் வரை அனைவரின் பேசுபொருளாகவும் மாறி இருக்கிறது. சென்னைவாசிகள் என்று சொன்னாலே சற்றுத் தள்ளி... அல்ல அல்ல காத தூரம் ஓடியோ கதவடைத்தோ நிற்கும்

கடினமான சூழ்நிலை இன்று உருமாறிவிட்டது. மறுவீட்டுக்குச் செல்கையில் ஆரத்தழுவி விடைபெற முடியாமல் தவிக்கும் புதுமணப்பெண்ணைப் போன்றதொரு நிலைமைதான். அவரவர் நலன் சார்ந்த விஷயம் என்பதனால் இதற்கு மறுப்பு சொல்ல யாதொரு வார்த்தையும் இல்லை.

சென்னையில் வசிக்கும் உறவினர், நண்பர் வட்டங்களுடன் உரையாடும்போது வேகமாகப் பரவும் தொற்றைப் பற்றிய விசாரிப்பே பேசும் பெரும் நேரத்தைக் கபளீகரம் செய்துவிடுகிறது. வெளிமாவட்டத்திலுள்ளவர்கள் அவர்களின் தொற்றுக் குறித்து அச்சப்படுகிறோம். சென்னைவாசிகளோ அவர்களின் வேலைவாய்ப்புப் பறிபோனது குறித்தே கவலை கொள்கிறார்கள். ‘நெரிசலும் நெருக்கடியும் கிராமங்களில் இல்லை என்பதால் எண்ணற்றோர் ஊரைவிட்டு வெளியேறினார்கள்’ எனும் கூற்றில் முழுக்க உண்மையில்லை. இந்தக் காரணத்துக்காகச் சென்னையை நீங்கியவர்கள் வெகு குறைவு. உண்மையில் சென்னையிலிருந்து தொற்று ஏற்படுத்திய பேரச்சம் காரணமாக மக்கள் வெளியேறவில்லை. வேலைவாய்ப்பை இழந்து நின்றதால் தன் குடும்பத்தைக் காப்பாற்ற சொந்த ஊர்களுக்குப் படையெடுக்கத் தொடங்கினர். வாழ்வாதாரத்துக்காகச் சென்னைக்கு அடைக்கலம் புகுந்த வடமாநில தொழிலாளர்கள் உட்பட ஏராளமானோர் சென்னையை விட்டு வெளியேறி வருகின்றனர் என்ற செய்தி கிடைக்கிறது. இதனால் வரும்காலங்களில் தொழிலாளர்களுக்குத் தட்டுப்பாடு ஏற்படும். மீண்டும் புது நபர்களைப் பணியமர்த்தி அவர்களுக்கு அந்த வேலையைப் பழக்கப்படுத்தி நிலைப்படுத்த சில காலம் பிடிக்கும். வர்த்தக நிறுவனங்களுக்கும் வியாபாரிகளுக்கும் இது ஒரு கூடுதல் தலைவலி.

ஏற்கெனவே பள்ளிகள் தொடங்கமுடியவில்லை. வணிகம் பெருமளவில் பாதிக்கப்பட்டுள்ளது. எண்ணற்ற மக்கள் தங்கள் வாழ்வாதாரத்தை இழந்து நிற்கின்றனர். இவை அனைத்தும் மக்களின் ஆரோக்கிய வாழ்வுக்காகப் பொறுத்தாளப்பட்டிருக்கிறது. நிகழ்காலப் பிரச்னைகளைச் சரிவரக் கையாண்டால்தான் வருங்கால வாய்ப்புகள் பிரகாசமாக இருக்கும். தற்போது சென்னை உட்பட நான்கு மாவட்டங்களுக்கு மீண்டும் ஊரடங்கு பிறப்பிக்கப்பட்டுள்ளது. கொரோனா தீநுண்மியின் கோரமுகத்தை அனைவரும்

தெரிந்திருந்தும் பாதுகாப்பு நடைமுறையை பின்பற்றுவதில் காட்டும் சுணக்கமே நிலைமை தலைகீழாக மாற்றம் பெற வழிகோலுகிறது. அந்த அஜாக்கிரதையைக் களைந்தால் நம்மையும் நாம் சார்ந்த சமூகத்தையும் பாதுகாக்கலாம். அரசின் வழிகாட்டுதலுக்குச் சற்றும் செவிசாய்க்காத மக்கள் இருக்கும் வரை அத்தனையும் வீணாகிவிடுகிறது. முகக்கவசம் அணியாமலும் சமூக இடைவெளியைக் கடைபிடிக்காமலும் மிக மிக அஜாக்கிரதையாகப் பலர் நடந்துகொள்வதால்தான் நிலைமை தலைகீழாக மாறிவிடுகிறது.

இந்திய நகரங்களிலேயே முதல் உலகப்போரில் குண்டு வீசித் தாக்கப்பட்ட ஒரே நகரம் சென்னைதான் எனத் தரவுகள் சொல்கின்றன. 1914 ஆம் ஆண்டில் செப்டம்பர் 22 ஆம் தேதி ஜெர்மனியின் போர்க்கப்பலான எம்டன், மெட்ராஸ் மீது சரமாரியாகக் குண்டுமழை பொழிந்தது. இதில் மெட்ராஸ் சிறிதளவு சேதத்தைச் சந்தித்தாலும் இந்தத் தாக்குதலுக்குப் பிறகு பல்லாயிரக்கணக்கான மக்கள் சென்னையை விட்டு வெளியேறினர். இதனால் ஆங்கிலேயர்கள் மனதளவில் பெரிதும் பாதிக்கப்பட்டனர். இன்றும் சென்னையில் இத்தாக்குதலின்போது வெடிக்காத குண்டுகள் ஆங்காங்கே தென்படுவது குறிப்பிடத்தக்கது. அதற்குப் பிறகு சென்னையை விட்டு அதிக மக்கள் வெளியேறியது கொரோனா தீநுண்மியால்தான் என நம்பப்படுகிறது.

பொதுவாகக் கடலும் கடல் சார்ந்த இடமுமான நெய்தல் நிலச் சமூகம், சமுதாயப் படி நிலை வளர்ச்சியில் பொருளாதார மேம்பாடு அடையப்பெற்ற வணிக சமூக உருவாக்கத்தின் தோற்றுவாயிலாக விளங்கும். இதற்கு அந்நிலம் சார்ந்த மக்களின் அக உறவு நிலைகளும் தொழில்சார் முறைகளும் பண்பாட்டு நிகழ்வுகளும் பின்புலங்களாக அமைந்திருக்கின்றன. ஆனால், இன்றைய சென்னை பெருவாரியான நெய்தல் நில மண்ணின் அடையாளங்களை என்றோ தொலைத்து விட்டது. நவீனங்களால் தன்னை முழுதும் கட்டமைத்துக் கொண்டது. இதிலிருந்து சென்னை நிச்சயம் மீண்டு வரும். இன்னும் வலிமையுடன், புதிய பொலிவுடன் தன்னைத் தானே மறுசீரமைப்பு செய்து பிரகாசிக்கும் என்று ஆணித்தரமாக நம்புவோம்.

* * *

கொரோனாவும் பெண்களும்

கொரோனா நோய்த் தொற்றால் உலகெங்கும் பெண்களைவிட ஆண்கள் அதிக அளவில் பாதிக்கப்பட்டதும் உயிரிழந்துள்ளதும் புள்ளிவிவரங்கள் மூலம் தெரியவருகிறது. மது, புகைப்பழக்கம் உள்ளிட்ட பல்வேறு கூறுகள் இதற்குக் காரணமாக இருக்கலாம் என சொல்லப்பட்டு வரும் நிலையில் இந்தியாவைப் பொறுத்தவரை, கொரோனா நோய்த் தொற்றால் பாதிக்கப்பட்டவர்கள் மற்றும் உயிரிழந்தவர்களில் நான்கில் மூன்று பேர் ஆண்கள் ஆவர். அனைத்துவித நோய்களையும் எதிர்ப்பதற்கான சக்தி ஆண்களை விட பெண்களின் உடலிலேயே அதிகமாகக் காணப்படுவதாக நிபுணர்கள் தெரிவிக்கின்றனர். நோய்த்தொற்றால் ஆண்கள் அதிகம் பாதிக்கப்பட்டாலும் வீடடங்கால் மிக அதிகமாக பாதிக்கப்பட்டுக் கொண்டிருப்பது என்னவோ பெண்கள்தான்.

இது உலகம் கண்டிராத விடுமுறை. நம் இல்லத்தைத் தாண்டி வெளிவர முடியாத விடுமுறை. சுபநிகழ்வுகள், திருவிழாக்கள் காணாத விடுமுறை. இயற்கையை மீட்கும் விடுமுறை என பல கோணங்களில் சொல்லிக் கொண்டே போகலாம் தான். ஆனால் பெண்களுக்கு இது விடுமுறையே இல்லை. நெருக்கடி நிலை என்றே சொல்லலாம். இது நேரடியாகவும் மறைமுகமாகவும் பெண்களை அதிகளவில் பாதித்துள்ளதாக பரவலான கருத்து. கொரோனா வெறுமனே நோயை உண்டாக்கிச்

சுகாதார சீர்கேட்டை மட்டும் ஏற்படுத்தவில்லை. அதனுள் சமூக, பொருளாதார, கலாசார, அரசியல் என அனைத்தும் பேசுபொருளாகியுள்ளது.

இந்த நிலையில் பெண்களுக்கு என்னென்ன தேவையாய் இருக்கிறது என்றும் பெண்களிடமிருந்து என்ன கற்றுக்கொள்ள வேண்டும் என்பதை கொஞ்சம் தொட்டுப் பார்ப்போம்!

தெரிந்தோ தெரியாமலோ இந்தக் கொரோனா காலங்கள் பெண்களுக்கு பெரும் சவாலாகவே உள்ளது. வழக்கமாக வரும் பள்ளி விடுமுறை நாட்களிலேயே பிள்ளைகளைச் சமாளிக்க படாதபாடு படவேண்டியிருக்கும். தற்போது எங்கும் பிள்ளைகளை வெளியே அழைத்துக்கூட செல்ல முடியாத நிலைமை. பிள்ளைகள் ஒரு பக்கம் எனில் பணிக்கு சென்று கொண்டிருந்த ஆண்களின் வீட்டு முடக்கம் மற்றொரு புறம். வீட்டிலிருந்து பணிபுரிவது ஆண்களுக்கு எவ்வளவு சிரமமானதோ அதைப்போலவே வீடடங்கு காலங்களில் அனைவரையும் எதிர்கொள்வது பெண்களுக்குச் சிக்கலானது.

குழந்தைகள், கணவனைத் தாண்டி வீட்டுப் பெரியவர்களைக் கவனிக்கும் பாங்கு என வழக்கத்திற்கு மாறாய் இன்னும் பம்பரமாய் சுற்ற வேண்டிய நிலைமை பெண்களுக்கு. முன்னெப்பொழுதையும் விட அவர்களின் தூக்கம் குறைந்துள்ளது. தனக்கே தனக்காக செலவிடும் நேரம் குறைந்துள்ளது. துவக்கத்தில் இந்த விடுமுறை வரமாக தோன்றுவது போல இருந்து பின் சாபமாக மாறி வருகிறதோ என்று ஒரு தடுமாற்றம். இந்தச் சிக்கல்களை எல்லாம் சமாளித்தாக வேண்டும் என்ற கட்டாயமே பலருக்கு மன அழுத்தத்தை அதிகப்படுத்தியுள்ளது. இருப்பினும் இந்தக் காலகட்டத்தில் நம் உடல்நலனைப் பேணுவது போலவே மனநலனையும் பேணுதல் வேண்டும். சச்சரவுகளைத் தவிர்க்க, வார்த்தைகளால் மட்டுமே அனைத்தையும் கடத்த வேண்டும் என்பதல்ல, மௌனத்தின் மூலமும் கடத்தலாம். இதற்கு குடும்ப உறுப்பினர்கள் ஒத்துழைப்பு நல்க வேண்டும். அந்த அயர்விலிருந்து மனதளவில் உயிர்ப்பிக்கும் புரிதலே அவர்களை மீட்கும் மாமருந்து.

எக்காலத்திலும் பெண்களே வீட்டின் கண்கள். இதற்கு மாற்றுக்கருத்து இருக்க முடியாது. பொதுவாக சமையல் கலையைத் தொழிலாக செய்பவர்கள் ஆண்கள். அதையே

வெகு இயல்பாக கைவரப்பெற்றவர்கள் பெண்கள். காரணம் பெண்ணே வீட்டிலிருப்பதை வைத்துத் தேவைக்கேற்ப உணவு சமைத்துக் குடும்ப கடமையாற்றுவாள்.

இதைப் பொதுவாகக் கொண்டு அனைத்துச் சூழ்நிலைகளுக்கும் அவர்களின் திறனைக் கொண்டு பொருத்திப் பார்க்கலாம். ஆவது அனைத்தும் பெண்ணாலே! ஒரு பெண்ணின் சிந்தனை எப்போதும் ஆக்கப்பூர்வமாக இருக்கும். தொலைநோக்குச் சிந்தனையுடன் இருக்கும். அதிலும் தன் குடும்பம் என்று வந்துவிட்டால் எப்படியெல்லாம் முன்னேற்றலாம் என அனுதினமும் கனவு காண்பாள். அவளின் வழிதொட்டே இந்தக் கடுமையான காலங்களைப் புதிய கோணத்தில் அணுக வேண்டும். இருப்பதை வைத்து செம்மையாக வாழ வழிகோலும் அவளின் பொருளாதார தத்துவங்கள் இந்தத் தருணத்தில் மிகத் தேவை. அறிவின் பெருவிழிப்பு தேவைப்படும் தருணம் இதுவே.

எண்ணற்ற பெண்கள் வீட்டிலிருந்தே பணிபுரியும் வகையில் பணி செய்ய பழகியிருந்தனர். வீட்டிலிருந்தபடியே தையல், அழகுக்கலை, கணக்கு – வழக்குகளைச் சரிபார்ப்பது, சில்லறை வணிகம் முதற்கொண்டு Youtube-ல் காணொலி பதிவேற்றம் செய்வதுவரை பணியாற்றிக்கொண்டிருந்தனர். தற்போதைய அசாதாரணமான காலங்களில் அவர்களுடைய நேரங்கள் களப்பணியாற்ற முடியாது கபளிகரம் ஆகிவிட்டது. ஒரு நாகரிக சமூகத்தில் இந்த மனஅழுத்தம் சில பிளவுகளை ஏற்படுத்தும். அதற்கெல்லாம் இடங்கொடுக்கா வண்ணம் மனதை மடைமாற்றம் செய்துகொள்ள வேண்டும்.

பேறுகாலத்தை எதிர்நோக்கியிருக்கும் பெண்களின் நிலை இன்னும் கடினம். இந்தக் காலகட்டத்தில் உறவுகளைப் பார்ப்பது, அளவளாவது அவர்களின் உடல்தொந்தரவுக்குப் பெரும் ஆறுதலாய் இருக்கும். அதற்கெல்லாம் இடமில்லாமல் போனது சற்று வருத்தமே.

மாற்று மருத்துவம், நஞ்சில்லா உணவு உள்ளிட்ட பல விஷயங்களுக்குத் தொடர்ந்து பரப்புரை செய்த நம்மாழ்வார் விவசாயத்தை முழுமையாகப் பெண்கள், கைகளில் எடுத்துக் கொள்ள வேண்டும் என்பதை அடிக்கடி வலியுறுத்தி வந்தார். அப்போதுதான் நஞ்சில்லா உணவை நாம் உட்கொள்ள முடியும் என்றார். விவசாய உற்பத்தி சார்ந்த தளங்களில் பெண்கள் அதிகளவில் இடம்பெற வேண்டும் என்பது அவர் கனவாய்

இருந்தது. மனிதர்கள் இயற்கையோடு இணைந்து வாழ்ந்தால் மட்டுமே ஆரோக்கியமான சூழல் இங்கு நிலவும் என்பதாக இருக்கிறது. பெண்கள் இதை முழுமையாக உணர்ந்துள்ளனர். அதற்கேற்ப இனிவரும் காலங்களில் தங்களைக் கட்டமைத்துக் கொள்ள வேண்டும்.

பொருளாதாரத்தின் அடிப்படையே தேவை அதிகரிப்பதால் விலை ஏறுகிறது என்பதுதான். இன்று நகைக்கடைகள் அனைத்தும் அடைக்கப்பட்டிருக்கின்றன. தங்கத்தின் விற்பனையே இல்லை எனலாம். இருப்பினும் தங்கம் விலை கூடிக்கொண்டே போகிறது. பங்குச்சந்தையில் தங்கத்தின் மீதான முதலீடுகள் அதிகரித்திருந்தாலும் தங்கத்தின் தேவை 30% குறைந்துள்ளது. இன்னும் தாய்லாந்து போன்ற சில நாடுகளில் மக்கள் தாங்கள் இருப்பில் வைத்திருந்த தங்கத்தைப் பொருளாதார நெருக்கடியில் விற்று வருகிறார்கள். இருப்பினும் தங்கத்தின் விலை 20% கூடி 36000/- என்ற புதிய உச்சங்களைத் தொட்டுச் சாமான்யனின் மூளைக்கு எட்டாத வண்ணம் மிக அதிக உயரத்தில் பறந்து கொண்டே இருக்கிறது.

இதைப் போன்றே பெட்ரோலியப் பயன்பாடுகள் மிக அதிக அளவில் குறைந்துள்ளது. இருப்பினும் எரிபொருள்களின் விலையில் பெரிய சரிவு எனும் நிலையில்லை. அனைத்துமே இனிவரக்கூடிய காலங்களில் அச்சுறுத்தலாகவே இருக்கும்.

ஆங்கிலச் சொல்லான 'பொருளாதாரம்' (ECON0MICS) என்பது கிரேக்கச் சொற்களான 'குடும்பத்தை நிர்வகிப்பவர்' மற்றும் 'குடும்ப மேலாண்மை' ஆகியவற்றில் தடம் பொதிந்துள்ளது. இது பின்னர் அதிகளவில் 'சேமிப்பு' மற்றும் 'நிர்வாகம்' உள்ளிட்ட பொதுப்படையான பொருள்களில் பதிவு செய்யப்பட்டன. ஆக பண்டைய காலம் தொட்டே பெண்களுடன் நெருங்கிய தொடர்பில் இருந்து வருவது பொருளாதாரம். மருதகாசியின் வரிகளே இதற்கு உதாரணம்.

"மணப்பாற மாடுகட்டி மாயவரம் ஏறுபூட்டி"

எனும் பாடலில்

"சேத்த பணத்த சிக்கனமா
செலவு பண்ண பக்குவமா
அம்மா கையிலே கொடுத்து போடு
சின்னக் கண்ணு

அவங்க ஆற நூறு ஆக்குவாங்க
செல்லக் கண்ணு"

என்பார்.

இப்படிப் புரியாத பொருளாதார சிக்கல்களை இனிவரக்கூடிய காலங்களில் அதிகம் எதிர்நோக்க வேண்டியிருக்கும். பெண்கள் அதற்குத் தயாராக வேண்டும்.

எந்த ஒரு தேசிய, உலகளாவிய கிருமி பரவலும் முதலில் மெதுவாக ஏறும். பின்னர் சட்டென கூடும், பின்னர் மெதுவாக குறையும் நிலை வரும். இது குறையும் நிலை நீண்ட காலம் இருக்கும். பின்னர் திடீரென காணாமல் போய் விடும். பின்னர் இங்கொன்று அங்கொன்று என்பதாக இருக்கலாம். இப்படித்தான் இந்த உலகம் இதுவரை கிருமி பரவலை எதிர்கொண்டிருந்ததாக வரலாறு சொல்கிறது. ஆக, இது போன்றதொரு நிலை கடந்து போகும்.

இந்த ஊரடங்கு இன்னும் நீடித்தால் இந்திய பொருளாதாரத்துக்கு அவசர சிகிச்சை தேவைப்படும் என்று அஞ்சப்படுவதால் சில பல தளர்வுகளை அரசு நிச்சயம் எடுக்கும். தளர்வுகள் ஏற்பட்ட பின் கொரோனாவுக்கு அஞ்சி ஓடிய நிலைமை மாறி நம் பொருளாதாரத்திற்காக ஓட வேண்டிய நிலைமை வரும். அப்பொழுது நமக்கு கொரோனாவும் பழகிப் போயிருக்கும். ஆனால், முன்னெச்சரிக்கை நடவடிக்கைகளில் நாம் எந்தச் சுணக்கமுமின்றிச் செயல்பட வேண்டும். அதனால் எதிர் வரும் சில மாதங்களில் இதைப்போன்ற தடுப்பு நடவடிக்கைகளையே நாம் கையாள, எதிர் நோக்க வேண்டியிருக்கும். கூட்டத்திலிருந்து விலகி இருத்தல், அனைவரையும் சந்தேகக் கண்ணோடு பார்த்தல் என்பது பழகியிருந்தாலும் இனியும் கொஞ்ச காலத்துக்கு நடைமுறைப்படுத்த வேண்டியிருக்கும்

எது எப்படியோ... ஒரு புறம் வைரஸும் பெண்களும் ஒன்று என்ற ரீதியில் கலாய்ப்பதும் கதைகள், கவிதைகள் புனைவதும் தொடர்கிறது. மற்றொரு புறம் பெண்களுக்கு இவ்வனைத்து பிரச்னைகளை எதிர்கொள்ளவும் அதிலிருந்து சுலபமாக வெளிவரவும் குடும்ப உறுப்பினர்கள் பரிபூரணமாக துணை நிற்கிறார்கள். உங்கள் இல்லம் இதில் எந்த வகை?!

* * *

மதுரைமல்லியும் கொரோனாவும்

[கொரோனா காலத்திலும் மறக்க முடியாத மல்லிகை வாசம்]

சங்கம் அமைத்துத் தமிழ் வளர்த்த மதுரை மாநகருக்கு எண்ணற்ற சிறப்புகள் உண்டு. தெய்வீகக்கலை கொடுக்கும் மீனாட்சி, ஜில்லென்ற புத்துணர்வு கொடுக்கும் ஜிகிர்தண்டா, பார்ப்பவர் மனதைச் சுகுகுடு ஆடச்செய்யும் ஜல்லிக்கட்டு எனப் பல சிறப்புகள் மாநகர் மதுரைக்கு உண்டு. அழகரைக் கொண்ட மதுரை வீரம் செறிந்த மண்ணும்கூட!

அதில் மதுரை மண்ணே மணக்கும் பெருமைக்குரிய அடையாளங்களுள் ஒன்று மதுரை மல்லி. 'ஜாஸ்மினம் கிரிபித்தியை' என்னும் தாவரப் பெயரைக் கொண்ட மல்லிகையை ஆங்கிலத்தில் 'ஜாஸ்மின்' என்று அழைக்கிறோம்.

'பூ... இவ்வளவுதானா!' என்று சர்வ சாதாரணமாக மதுரை மல்லியை நம்மில் யாரும் எக்காலத்தும் சொல்லிவிட முடியாது. ஏனெனில் ஒரு மனிதனின் பிறப்பு, இறப்பு, வாழ்வு, காதல் என அனைத்து நிலைகளிலும் பூக்கள் பெரும்பங்கு வகிக்கின்றன. பூக்கள் நம் இந்தியக் கலாசாரத்திலும் பண்பாட்டு விழுமியங்களிலும் இணைந்த பெருமை கொண்டது. உலகில் அதி அற்புதமான பூக்களில் மல்லிகைப்பூவுக்கு மிகச் சிறந்ததொரு இடமுண்டு. பல மலர்கள் பல்வேறு அழகு நிறங்களைக்

கொண்டதாக உள்ளன. ஆனால், மல்லிகைப்பூ வெண்மை நிறம் கொண்டுள்ளதால் தூய்மை, அமைதி, ஆர்வம் ஆகியவற்றிற்கு உதாரணமாகத் திகழ்கிறது. பூக்களின் வாசத்தை அவ்வளவு சாதாரணமாக எவராலும் கடக்க முடியாது. பெண்ணின் கூந்தலுக்கு இயற்கையான மணம் உள்ளதா எனப் பாண்டிய மன்னனையே சிந்திக்க வைத்ததல்லவா?

மல்லிகை வாசத்துக்கு மயங்காத பெண்கள் வெகு குறைவு. அதிலும் பிறமாவட்டங்களிலிருந்து மதுரைக்கு வரும் என்னைப் போன்ற பெண்களுக்கு உருவத்தில் பெருத்து, பருத்து, உருளையாகக் கண்ணைப் பறிக்கும் வெண்மையில் நெருக்கமாகக் கட்டிவைத்திருக்கும் மல்லி மனதைக் கவர்வதோடு கவனத்தையும் ஈர்க்கிறது. மதுரை மல்லியின் மணமே ஊரைக் கூட்டுவதாய் இருந்தது. மேலும், அடுக்கான செண்டுபோல நெருக்கிக் கட்டியிருந்த பாங்கு கொள்ளை அழகு. இரவில் வாங்கி விடியலில் எங்களூருக்கு வந்து பிரித்துப் பார்த்தாலும் வாடவே இல்லை. தலையில் சூடிக்கொண்டு செல்கையில் ‘எந்த ஊர் மல்லி இது!?” எனத் தெரிந்தவர் வாய்பிளந்து கேட்கத் தவறவில்லை.

பூக்கடைக்கு விளம்பரம் தேவையில்லை என்பது போல மதுரை மல்லிக்கு அடைமொழிகள் தேவையில்லை. அதன் அருமை உலகறியும். சிங்கப்பூர், மலேசியா, துபாய் உள்ளிட்ட உலக நாடுகளுக்கு மதுரை மல்லி ஏற்றுமதி செய்யப்படுவது பெருமைக்குரிய விஷயம்தானே! மீனாட்சி அம்மனுக்கு இரவில் நடக்கும் மூக்குத்தி பூஜையில் மல்லிகை கட்டாயம் இடம்பெறுவதும் வெகுசிறப்பு.

பொதுவாகவே பூக்களைப் பார்ப்பதும் சூடுவதும் மனதுக்கு நன்மை தரும். அதிலும் மல்லிகை உடலுக்கும் மனதுக்கும் மிகவும் புத்துணர்ச்சி தரக்கூடியது. இரவினில் பூக்கும் மல்லிகைப் பூ, மூளையின் கீழ்ப்பகுதியில் உருவாகும் வெப்பத்தைக் குறைத்துத் தலையைக் குளிர்ச்சியடையச் செய்வதாகப் பண்டைய காலம் தொட்டுச் சொல்லப்படுகிறது. மேலும், கணவன் மனைவி உறவுக்குள் நேசத்தையும் அதிகரிக்கும்.

‘மல்லிகை என் மன்னன் மயங்கும்
பொன்னான மலரல்லவோ...

'என்நேரமும் உன் ஆசைபோல் பெண்பாவை
நான் பூச்சூடிக் கொள்ளவோ'

என்னும் பழைய திரைப்படப்பாடல் இந்த நேசத்தை, காதலை அழகாகப் படம்பிடித்துக் காட்டும்.

பூக்களில் இருக்கும் பிராண ஆற்றலானது, மூளைச் செல்களால் ஈர்க்கப்பட்டு, நாளமுள்ள மற்றும் நாளமில்லாச் சுரப்பிகள் சீராக வேலை செய்ய உதவுகிறது. இத்தனை அபார நன்மைகள் உள்ள பூக்களை இந்தக் கொரோனா காலத்தில் பெண்கள் சூடுவதே அரிதாகிவிட்டது. கோவில் திருவிழா மற்றும் சுப நிகழ்வுகள் அருகிப்போன இந்தக் கொடிய நாட்களில் மல்லிகை சூடுவதைக்கூட மறந்து போனதாகச் சில மதுரைத் தோழிகள் பகிர்ந்தார்கள். மதுரை என்று இல்லை, தமிழகம் முழுவதுமே இதுதான் நிலைமை. கொரோனா என்னும் கொடுங்கோலனிடமிருந்து தப்பிக்க வழிகோலும் இந்த வீடடங்கு நாட்களில் பெரும்பான்மை பெண்கள் வெளியே செல்வதில்லை. பூ வரத்தும் விற்பனையும் வீழ்ச்சி பெற்றுவிட்டது. கொரோனா ஊரடங்கால் விற்பனை பாதித்துள்ளதால் விவசாயிகள் பூக்களைப் பறிக்காமல் செடியிலேயே விட்டுள்ளனர். சில இடங்களில் டிராக்டரால் பூக்களை உழுது உரமாக்கி வருவதை அறிய வேதனையாக இருந்தது.

தலையில் லட்சணமாய் பூ வைத்து வரும் பெண்களைப் பார்த்தாலே ஒரு தெய்வீகக் கலை தோன்றும். பெண்களுக்கு வாசத்தை அள்ளி அள்ளி தரும் மல்லிகை இன்று சாகுபடி பாதித்து விவசாயிகளை வேதனையுறச் செய்திருக்கிறது. விற்பனை இல்லாததால் பூக்களைக் குப்பையில் கொட்டும் அவலம் தொடர்வதாக விற்பனையாளர்கள் கண்ணீர் வடிக்கின்றனர். கொரோனா பீதியில் யாருக்கு யார் ஆறுதல் சொல்வது என்றே தெரியவில்லை!

இருப்பினும் பூக்களைக்கொண்டு நாம் பின்பற்றக்கூடிய நடைமுறைகளை நாம் தவறவிடவேண்டாம். உண்மையில் மந்திரங்களாலும் மாயங்களாலும் தந்திரங்களாலும் சாதிக்க முடியாதவற்றைப் பூக்கள்கொண்டு நன்முறையில் சாதிக்கலாம் என்று ஆன்றோர்கள் அருளியுள்ளார்கள். பூக்களின் நறுமணம், அவ்வப்போது நற்சிந்தனைகளை, நல்எண்ணங்களை எழுப்பும்.

எனவே, பூக்களின் இடையே வாழ்தலே நன்று. கோயில் பூப்பிரசாதம் கையில் இருந்தால் தீய சக்திகள் ஒரு போதும் அண்டாது. இது காப்பு ரட்சையாயும் செயல்படும் என்று சொல்வர். மகான்கள் பூக்கள் மூலம் ஆசீர்வாதம் செய்வர். காரணம் அவர்களுடைய ஆசியை நேரடியாகப் பெறும் யோகசக்தி, மனப்பக்குவம் நமக்கு இல்லாததால் இடையில் புனித சக்தி நிறைந்த பூக்கள் பயனாகின்றதாம்.

நமக்கு விருப்பமான கடவுளை மனதார மலர்களைக் கொண்டு பூஜித்து வழிபட்டால் கண்டிப்பாக இறைவன் அருள் கிடைக்கும். தான் சூடிக் கொடுத்த மலர் மாலையின் மூலம் தன் பக்தியையும் அன்பையும் இறைவனிடம் சேர்ப்பித்த ஆண்டாள் நாச்சியார் பற்றி நாம் அனைவரும் அறிந்ததே! இறைவனுக்கு மிகவும் பிடித்தது, தன்னை மலர்களால் அர்ச்சனை செய்வது. இறைவனைப் பூக்கள் கொண்டு பூஜை செய்வதற்கும் இப்பிறவியில் நாம் அனுபவிக்கும் சுகதுக்கங்களுக்கும் நெருங்கிய தொடர்பு உள்ளதாக ஆன்மீகம் சொல்கிறது. சீரும் சிறப்புமாகத் தற்போது வாழ்ந்துவருபவர்களைக் காண நேர்ந்தால் சென்ற பிறவியில் இறைவனுக்கு நல்ல மலர்களைக்கொண்டு பூஜை செய்திருப்பார்கள் என்று சொல்வார்கள்.

மதுராவில் சுதாமா என்பவர் பூமாலை கட்டி விற்கும் தொழிலைச் செய்து வந்தார். ஒவ்வொரு நாளும் கண்ணா... உன்னை எப்பொழுது காண்பேனோ என்று ஏங்கிக்கொண்டே மாலை கட்டுவார். பூக்களின் வாசத்தை நுகர்ந்துவிடக்கூடாது என முகத்தில் துணியைக் கட்டிக்கொண்டே மாலை தொடுப்பாராம். மதுராவின் இளவரசன் கண்ணன் சுதாமாவின் வீட்டிலுள்ள பூக்களின் வாசத்தால் ஈர்க்கப்பட்டு அவர் வீட்டுப் படியேறினான். சுதாமா தன் கையால் கண்ணனுக்கு மாலைகளைச் சூட்டி மகிழ்ந்தார். அவருக்குப் பிரதியுபகாரமாய் தான் என்ன தருவது என்று நினைத்த கண்ணன் சுதாமாவுக்கு இகபர சுகம் கொடுத்து மோட்சகதியும் அளித்ததாக ஒரு வரலாறு உண்டு.

வெண்மையான பூக்கள் சாத்வீக குணம் கொண்ட பூக்கள். இவற்றைக்கொண்டு இறைவனைப் பூஜை செய்தால் முக்தி கிடைக்கும். மல்லிகைக்கும் அந்தக் குணம் உண்டு என்பதில் பெருமிதம். புண்ணியம் செய்வார்க்குப் பூவுண்டு, நீருண்டு என்பது திருமுறை வாக்கு. வசதியும் வாய்ப்பும் உள்ளவர்கள்

இந்த வீடடங்கு காலத்தில் வீட்டில் தோட்டம், நந்தவனம் அமைக்கலாம். அதில் மலரும் பூக்களைப் பறித்து இறைவனுக்குப் பூஜிக்கலாம். பெண்களும் சூடலாம். மங்கையர்கள் கூந்தலில் மல்லிகை சூடினாலே அங்கு மகிழ்ச்சி தங்கும்.

இந்தக் கொடிய காலத்தில் நோய்த்தொற்றுக் குறித்தான பீதியில் பலர் தம் இன்னுயிரையும் மாய்த்துக் கொள்வதாகச் செய்திகளில் பார்க்கிறோம். சகஜ வாழ்க்கைக்குத் திரும்ப முடியாத கவலை மனஅழுத்தமாக நம்மை முடக்குகிறது. இதிலிருந்து எப்படி நாம் நம்மை மீட்டெடுக்கலாம் என்பதை அவரவர் கண்டடைந்து இயல்பான வாழ்நிலையை மீட்டெடுப்போம்.

ஒவ்வொரு பூவும் தன் மணத்தால், வண்ணத்தால் பலருக்கும் ஆனந்தம் தந்து கடைசியில் தானே காய்ந்து ஒரே நாளில் முக்தியும் அடைந்துவிடும். மன அழுத்தத்தை நீக்கும் மாமருந்தான பூக்களை இயன்றவரை அதிகளவில் பயன்படுத்துவோம். அது பரவச் செய்யும் நேர்மறை எண்ணங்களில் உளம் மகிழ்வோம். நிம்மதியடைவோம். ஊரும் உலகமும் முடங்கிப் போனாலும் பூக்களைக்கொண்டு நம் இல்லத்தில் புத்துணர்ச்சியைப் பரவச் செய்ய முடியும். வாடிய நம் எண்ணங்களை அது நிச்சயம் மாற்றி மலர்த்தும். மல்லிகைபோல நம் வாழ்க்கையும் மலர்ந்து மணம் வீசட்டும்!

* * *

மாயமானதா மனிதநேயம்?!

எவ்வளவு சொத்துச் சுகம் இருந்தாலும் இறுதியில் 'ஆறடி நிலமே மனிதனுக்குச் சொந்தம்' என்ற கூற்று உண்டு. அந்த நிலைமைகூட மறைந்து போய் இடப்பற்றாக்குறையால் இறந்த உடலை மேலே மேலே வைத்துப் புதைக்கும் சூழலுக்குத் தள்ளப்பட்டோம். ஆனால், இந்தக் கொடிய கொரோனாவால் அந்த 6 அடி நிலத்தில் புதைக்கக்கூட ஒரு மருத்துவருக்கு மறுப்பு தெரிவித்துப் போராடியது மிகுந்த மனவருத்தத்தை ஏற்படுத்தியது. இது கொடிய கொரோனாவைவிட ஆபத்தானது.

இன்றைய காலகட்டத்தில் பயம் அவசியம் தான். ஆனால், பயமே வாழ்க்கையாகிவிடக்கூடாது. ஊரடங்கு உத்தரவுக்குப் பின்னும் வீடடங்கு நிலையில் வாழாமல் தம் தேவைகளுக்காகச் சந்தையில் போய் பலசரக்குகளை வாங்கியபோது ஏற்படாத பயம், அற்பக்காரணங்களுக்காகக் காவலர்களிடம் கதைகள் அளந்து அங்கேயும் இங்கேயும் அலைந்து திரிந்த போது ஏற்படாத பயம், நம்மைப் பிழைக்க வைக்க தன்னைத் தற்காத்துக்கொள்ள இயலாமல் மரித்துப் போனவரின் பூதஉடலை அடக்கம் செய்ய முனைந்த போது மட்டும் எங்கிருந்து வந்தது? அதிலும் இத்தனை பெரிதான பயம்! கொரோனா மனிதர்களைத்தான் கொன்றது. ஆனால், இப்படிப்பட்டவர்கள் மனிதனுள் உலவும் மெல்லிய உணர்வுகளையும் சேர்த்துக் கொல்கிறார்கள்.

உலகம் முழுக்க ஒவ்வொரு நாடும் தம் நாட்டில் சேவையாற்றிவரும் சில மருத்துவர்கள், செவிலியர்கள், சுகாதாரப் பணியாளர்களை இந்த நோயினால் இழந்துள்ளது. உலக மக்கள் கண்ணீரோடு அவர்களுக்கு அஞ்சலி செலுத்தி வருகின்றனர். அப்படியிருக்க நம் நாட்டில் இது எப்படிப்பட்ட அறிவிலித்தனம்?

நம் அனைவரின் பாதுகாப்புக்காகத் தம் உயிரையும் பொருட்படுத்தாது அவர்களின் குடும்பம், குழந்தைகளை விட்டு நீங்கி, தங்களைத் தனிமைபடுத்திக்கொண்டு இந்த இக்கட்டான சூழ்நிலையில் கடும் மனநெருக்கடியுடன் பணிபுரிந்து கொண்டிருக்கிறார்கள். அவர்கள் நம்மைப் பார்த்துக் கேட்டுக்கொள்வதெல்லாம் ஒன்றே ஒன்று தான்... 'வீட்டிலேயே இருங்கள்' என்பதுதான் அது.

அரசை மட்டும் கைகாட்டி விட்டு நிற்காமல், எண்ணற்ற தன்னார்வலர்கள் களத்தில் இறங்கியுள்ளனர். வாழ்வாதாரத்தை இழந்து தவிக்கும் ஆதரவற்றவர்களுக்குக் கொடையாளர்களிடமிருந்து பொருள்பெற்றுப் பல நலத்திட்ட உதவிகளைச் செய்து வருகிறார்கள். வறுமையில் உழல்பவர்களுக்கு என்று மட்டும் இல்லாமல் பசியால் வாடும் வாயில்லா பிராணிகளுக்கும் உணவிட்டு வருகிறார்கள். மலைமேல் இருக்கும் வழிபாட்டுத் தலங்களில் சுற்றித்திரியும் வானரங்கள் என்ன செய்யும் பாவம் என்று தன் விவசாய நிலத்தில் விளைந்து கிடக்கும் வாழையைத் தார் தாராக வெட்டி எடுத்துச் சென்று பசியாற்றிய விவசாயிகள், இன்னும் இந்த மண்ணில் மனிதநேயம் மண்ணோடு புதைந்துவிடவில்லை என்பதற்குச் சாட்சியாக நிற்கிறார்கள்.

நெருக்கடி நிலையில் கர்ப்பிணிக்கு இரத்த தானம் கொடுத்த காவலரைப் பார்க்கிறோம். கொரோனாவுக்கு எதிராக சேவையாற்றி வரும் தூய்மைப் பணியாளர்களின் சரணங்களைத் தொழுதவர்களைத் தொலைக்காட்சியில் காண்கிறோம். தடுப்புப் பணியில் ஈடுபட்டு வரும் காவலர்களுக்கு மூன்று வேளை சத்தான உணவுகளை வழங்கி வரும் மேன்மையானவர்கள் குறித்துக் கேட்கிறோம். இப்படி எண்ணற்றோர் மறைமுகமாகச் சேவையாற்றிக் கொண்டிருக்க ஒரு சிலர் செய்யும் இந்த அவமானகரமான செயலுக்கு அனைவரும் தலைகுனிய வேண்டியதாய் உள்ளது.

கொரோனாவால் பாதித்தவர்களின் சடலங்களை எரியூட்டினாலோ அல்லது அடக்கம் செய்தாலோ காற்றின் மூலமாகக் கொரோனா பரவாது என்று உலக சுகாதார அமைப்பு தெரிவித்துள்ளது. அதே வேளையில் சடலங்களைக் கையாளும் பணியில் உள்ள அனைவரும் உரிய பாதுகாப்புடன் இருக்க வேண்டும் என்று கூறியுள்ளது. அதன்படி, உயிரிழந்தோரின் சடலங்களை நெகிழி உறையில் சுற்றி, கிருமிநாசினி தெளித்த பிறகே மயானங்களுக்கு எடுத்துச் செல்ல வேண்டும் என்றும், அவற்றைத் தொடாமல் இறுதிச் சடங்குகளை நடத்த வேண்டும் என்றும் வழிகாட்டி நெறிமுறைகள் கூறுகின்றன. அதைப் பின்பற்றியே தகனமோ அடக்கமோ செய்யப்படுகிறது. யாரோ கிளப்பிவிடும் வதந்திகளால் தன்னிலை மறந்து செயல்படும் இவர்களின் நோய்த்தொற்றுக் குறித்த சரியான புரிதல் இன்மையையே இது காட்டுகிறது. மக்களிடையே போதிய விழிப்புணர்வு இல்லை.

இறந்த மருத்துவரின் சடலத்தைக் கொண்டு செல்லும் போது மருத்துவ அவசர ஊர்தி மீதான வன்முறை சம்பவங்களை நோக்கும் போது, ரௌத்திரம் பெருகுகிறது. இவர்கள் வீட்டில் யாருக்கேனும் கொரோனா பாதிப்பெனில், அவர்களை எங்கு சிகிச்சைக்காக அழைத்துச் செல்வர்? சுயமருத்துவம் செய்து கொள்வார்களா? வெட்கக்கேடு!

கொரோனாவால் இறந்தவர்களின் உடலை எரியூட்டினாலோ, அடக்கம் செய்தாலோ அதன் வாயிலாகச் சுற்றுப்புறங்களில் அந்த நோய் பரவாது என்ற உண்மையை மக்களிடையே ஆழமாக விதைக்க வேண்டிய தருணமிது. மாயமானதோ மனித நேயம் என்று யோசிக்க வைக்கிறது!

சமீபத்தில் நான் வாசித்து ரசித்த ஒரு செய்தி. மஹாபாரதத்தின் 15ஆம் நாள் யுத்தத்தில் தன்னுடைய தந்தை துரோணரை ஏமாற்றிக் கொன்றதில் அசுவத்தாமன் மிகவும் உக்கிரமடைந்தார். அவர் பாண்டவ சேனை மீது மிக பயங்கரமான ஓர் ஆயுதம் 'நாராயண அஸ்திரம்' தொடுக்கிறார்.

இதற்கு மாற்று உபாயம் எதுவுமே கிடையாது. யாருடைய கைகளில் எல்லாம் ஆயுதம் உள்ளதோ அல்லது யுத்தம் செய்வதற்கு முயற்சி செய்கின்றார்களோ, அது அவர்களைப் பார்த்து அவர்கள் மீது அக்னிமழை பொழியும். அவர்கள் அழிந்து விடுவார்கள்.

அவரவர் ஆயுதங்களைக் கீழே வைத்து விட்டு அமைதியாகக் கைகளைக் கட்டிக்கொண்டு நிற்குமாறு கண்ணன் சேனைக்குக் கட்டளையிடுகிறார்.

மேலும், மனதில் யுத்தம் செய்வதற்கான எண்ணம்கூட வரக் கூடாது. அப்படி வந்தால், இந்த அம்பு அதையும் கண்டறிந்து அவர்களை அழித்து விடும் என்று கூறி வழிநடத்துகிறார். அனைவரும் அமைதியாக நின்றனர்.

நாராயண அஸ்திரம் தனது நேரம் முடிந்தவுடன் அமைதி ஆகிறது. இந்த விதமாகப் பாண்டவ சேனை காப்பாற்றப்பட்டது. தற்போது நிலவும் சூழல் இதன் உட்கருத்தைப் பிரதிபலிக்கிறது.

எல்லா இடங்களிலும் யுத்தம் வெற்றி அடைவதில்லை. எவ்விடத்தில் அமைதி காக்க வேண்டுமோ அவ்விடத்தில் அமைதி காப்பதே சாணக்கியத்தனம். நம்முன் இருக்கும் கிருமியிடமிருந்து தப்பிக்க சிறிது காலம் அனைத்து வேலைகளையும் விட்டு விட்டு அமைதியாகக் கைகளைக் கட்டிக்கொண்டு மனதில் நல்ல எண்ணம் வைத்து ஓரிடத்தில் அமர்ந்து இருப்பவர்கள் பிழைத்துக்கொள்வார்கள். கிருமியைப் பற்றிய எந்த எதிர்மறை எண்ணமும் வரக்கூடாது. அது அதனுடைய நேரம் வரும் போது தானாக மறைந்துவிடும் அல்லது அழிந்துவிடும். இறைவனால் சொல்லப்பட்ட இந்த உபாயம் வீணாகிவிடாது என்று நம்புவோம். அதனால் வீட்டில் இருப்போம். அதுவும் சரியான புரிதலுடன் இருப்போம். இந்தக் கொடிய தீநுண்மியை வளர விடாமல் போராடிக் கொண்டிருப்பவர்களுக்கு எதிராக நாம் கொளுத்திப்போடும் சிறிய திரிகூட கொரோனாவுக்குச் சாதகமாக மாறிவிடும் வாய்ப்புள்ளது. அந்த நிலைமையை ஏற்படுத்தாது இருப்பதே நம் அனைவருக்கும் சாலச் சிறந்தது.

'மனிதன் எங்கு வாழ்கிறான் என்றால் நான் உலகத்தைக் காட்டுவேன். மனிதம் எங்கு வாழ்கிறது என்றால் நான் இந்தியாவைக் காட்டுவேன்' என்று உயர்வாகச் சொன்ன நாட்டில் நாம் வாழ்ந்து கொண்டிருக்கிறோம். அந்தப் பண்பாட்டு விழுமியங்களை எங்கு தொலைத்தோம்?!

மனிதநேயம் என்பது நாம் கடைக்குச் சென்று பணம் கொடுத்து வாங்கும் பண்டம் அல்ல. நாம் படித்து அறிந்து கொள்ள வேண்டிய பாடமும் அல்ல. நம் உள்மனதிலிருந்து

யதார்த்தமாக வெளிப்படும் ஒரு தன்மை. மனிதநேயத்தை வெளிப்படுத்த பெரிய மெனக்கெடல்கள் எதுவும் தேவையில்லை. மனிதநேயத்தை நம் ஒற்றை பார்வை மூலமாக, நம் ஸ்பரிசம் மூலமாக, நம் சிறு புன்னகை மூலமாக வெளிப்படுத்த முடியும். மனிதம் என்பது மனித வாழ்க்கையில் ஓர் உத்தமமான உணர்வு. எது குறித்தும் வரையறை இல்லாத பொறுப்பு மனிதநேயத்துக்கு உண்டு.

தனி மனித பொறுப்புணர்வு இருந்தால்தான் சமூகப் பொறுப்புணர்வு வரும். மனிதனை மனிதன் மதிக்காது போனாலும் தெய்வமாகிவிட்ட மனிதனைப் புதைக்காது தடுத்த முட்டாள்தனங்கள் இனியும் அரங்கேறவேண்டாம். இல்லையேல், மனிதம் என்பது வெறும் ஏட்டளவிலும் பேச்சளவிலுமே இருக்கும்.

எது எப்படியாயினும் இந்த அதிபயங்கர கொரோனாக் கிருமி வாழ்க்கையின் நிதர்சனத்தை நெத்தியடியாக உணர வைத்துள்ளது. நம்மைப் பற்றி நாம் தற்சுரணையுடன் மதிப்பீடு செய்து கொள்ளும் நிலையை ஏற்படுத்தியுள்ளது. இதிலிருந்து நாம் எண்ணற்ற பாடங்களைக் கற்றுக்கொண்டே இருக்கிறோம். கொரோனா மூலம் கற்ற பாடத்தைச் செம்மைபடுத்துவோம், பெற்ற பாடுகளை உணர்ந்து பண்படுவோம். தனிமனித ஒழுக்கம் கடைபிடிப்பது தொடங்கி ஆரோக்கியம் பேணுவது வரை இனிவரும் காலங்களில் உயிரெனக் கடைபிடிப்போம்.

நம்மைக் காக்க பிறர் உழைத்த உழைப்பைப் போற்றுவோம். சக மனிதனை நேசிப்போம். புறத்தைத் தூய்மைப்படுத்திக் கொண்ட இவ்வேளையில் நம் அகத்தையும் அன்பு, பாசம், நேசம் கொண்டு தூய்மைபடுத்திக்கொள்வோம். கொரோனா காலங்களில் கொண்டாட்டங்கள் இல்லை, திருவிழாக்கள் இல்லை, சுபநிகழ்வுகள் இல்லை, பெரிதளவில் மகிழ்ச்சி இல்லை. அதுபோல மனிதநேயமும் இல்லை என்ற நிலை ஏற்பட வேண்டாம்.

* * *

தீபாவளியும் கொண்டாட்டமும்!

2020ஆம் ஆண்டு நாம் நினைத்தே பார்த்திராத பல கடுமையான வாழ்வியல் சங்கடங்களைக் கொரோனா தீநுண்மி மூலம் ஏற்படுத்திவிட்டது, காலம். பலருக்கும் தொழில் முறையில் பெருத்த நஷ்டம். கல்வி நிறுவனங்கள் இன்னும் திறக்கப்படவில்லை. வீட்டிலேயே அடைபட்டுக்கிடந்த பலருக்கு மனதளவில் பாதிப்பு. தேவைக்கு, வேலைக்கு என வெளியே சென்றுவந்தாலும் இந்தக் கிருமி குறித்தான அச்சம் இன்னும் முழுமையாக நீங்கியபாடில்லை. இந்த நிலையில் முக்கிய பண்டிகைக்கு நாமெல்லாம் தயாராக வேண்டிய நிர்ப்பந்தம்.

நம் வாழ்வியலில் பண்டிகைகளுக்கும் கொண்டாட்டங்களுக்கும் பெரும் முக்கியத்துவம் உண்டு. அதிலும் தீபாவளி பண்டிகைக்கென்று தனித்த ஓர் அடையாளமும் பாரம்பரிய பெருமையும் உண்டு. குழந்தைகள் முதல் பெரியவர்கள் வரை அனைவரும் ஆனந்தமாக எதிர்பார்த்து, காத்திருந்து வரவேற்கும் பண்டிகை தீபாவளி.

இந்தியாவில் மட்டுமல்லாமல் இலங்கை, மியான்மர், நேபாளம், தாய்லாந்து, மொரீஷியஸ், சிங்கப்பூர், மலேசியா, ஃபிஜி, கயானா போன்ற பல வெளிநாடுகளிலும் தீபாவளி தினம் அரசு விடுமுறை நாளாக இருக்கிறது. உலகின் பல்வேறு நாடுகளில் இந்தியர்கள் குடியேறிவிட்டிருப்பதால், உலகம் முழுவதுமே கொண்டாடும் பண்டிகையாகவே தீபாவளி மாறிவிட்டது என்று கூறலாம்.

உண்மையில் பண்டிகையைக் கொண்டாடக்கூடிய மன நிலை அனைவருக்கும் வாய்த்திருக்கிறதா என்றால் மிகப்பெரிய கேள்விக்குறி தான். இதற்கு இடையே ராஜஸ்தான் மற்றும் ஓரிசா அரசுகள் பட்டாசு விற்கவும் வெடிக்கவும் தடை விதித்துள்ளது. பட்டாசு விற்றால் 10,000/– ரூபாயும் வெடித்தால் 2000/– ரூபாயும் அபராதம் விதித்துள்ளது ராஜஸ்தான் அரசு. பட்டாசு என்பது மகிழ்ச்சியின் வெளிப்பாடு. தீபாவளிக்கு மட்டுமல்ல கோவில் திருவிழாக்களிலும், திருமண வைபவங்களிலும் பட்டாசுகள் வெடிக்கப்படுகின்றன. சமூக இடைவெளியோடு பாதுகாப்பாக வெடிக்க மக்களுக்கு அறிவுறுத்த வேண்டும்.

காற்றுமாசு காரணமாகவும் சுற்றுச்சூழலைப் பாதிக்காமல் இருக்கவும் ஏற்கனவே நேரக் கட்டுப்பாடுகள் உண்டு. கட்டுப்பாடுகள் இருப்பது ஒன்றும் தவறில்லை. அதிக சத்தமும் புகையும் முதியவர்களுக்கும் குழந்தைகளுக்கும் ஆகாது என முன்வைக்கும் வாதத்தில் நியாயம் இருக்கத்தான் செய்கிறது. ஆனால், முழுதும் பட்டாசைப் புறக்கணிக்கும்படி வற்புறுத்துவதும் தடைசெய்யக் கோருவதும் அந்தத் தொழிலாளர்களின் வாழ்வாதாரத்தைக் கேள்விக்குறியாக்குகிறது. ஒரு பண்டிகைக்குப் புதிது புதிதாக இத்தனை விதிமுறைகளையும் எண்ணற்ற கட்டுப்பாடுகளையும் விதிப்பது மக்களின் மகிழ்ச்சியைக் காணாமற்போகச் செய்கிறது.

இது வெளிநாடுகளிலும் தொடர்கிறது. இந்தியாவையடுத்து, லண்டனில்தான் பெரும்பாலான மக்கள் ஒன்றுசேர்ந்து தீபாவளி பண்டிகையைக் கொண்டாடுவர். லண்டனிலுள்ள ஆர்டரியல் பெல்க்ரேவ் சாலையில், ஒவ்வொரு வருடமும் தீபாவளி கொண்டாட்டம் கோலாகலமாக நடப்பது வழக்கம். ஆனால், இந்த முறை கொரோனா பேரிடரால், 2020 தீபாவளி கொண்டாட்டத்தை மெய்நிகர் வழியே கொண்டாடும்படி மக்களிடம் அதிகாரிகள் தெரிவித்துள்ளனர். அதோடு இந்த ஆண்டு வீட்டிலிருந்தபடி காணொளி மூலம் தீபாவளி வாழ்த்துகளைத் தெரிவிக்கும்படி மக்களுக்கு அறிவுறுத்தப்பட்டுள்ளது.

இந்தக் கொரோனா காலத்தில் உறவினர்கள் கூடி இருப்பது நம் நாட்டிலும் தவிர்க்க வேண்டி இருப்பதால் தகவல் தொழில்நுட்ப சாதனங்கள் வழி ஒருவரை ஒருவர் பார்த்து நலம் விசாரித்துக் கொள்ளலாம். தமிழ்நாட்டிலும் தீபாவளிக்கென்று விடப்படும் சிறப்பு பேருந்துகளில், கடந்த

ஆண்டை விட இந்த ஆண்டு 6 ஆயிரம் பேருந்துகள் குறைத்து இயக்கத் திட்டமிடப்பட்டுள்ளது.

பண்டிகைகள் கொண்டாடப்படுவதே வாழ்க்கையில் ஏற்படும் வெறுமைகளை அவ்வப்போது களைந்தெடுக்கத் தான். ஆனால், இந்த வருடம் பொருட்களை வாங்க வெளியே வரவென பெரிய சவாலுடன்தான் தீபாவளியை எதிர்நோக்குகிறோம். கொரோனா தீநுண்மியின் பாதிப்பு தமிழ்நாட்டில் குறைவதாக சொல்லப்பட்டாலும் எதிர்வரும் மழை நாட்களில் இதன் வீரியம் அதிகமாகும் என எச்சரிக்கை விடுக்கும் மருத்துவ ஆய்வாளர்களின் கூற்றைக் கவனத்தில் கொள்ள வேண்டியிருக்கிறது.

கடந்த வருடங்களில் தீபாவளியன்று இத்தனை மணி நேரம் தான் வெடி வெடிக்க வேண்டும் என்ற நேரக் கட்டுப்பாடுகளை அரசு விதித்தது. ஆனால், இந்த வருடம் வரக்கூடிய தீபாவளி பண்டிகையைக் கொண்டாடலாமா வேண்டாமா என மக்கள் யோசிக்கும் அளவுக்கு வாழ்வியல் சூழ்நிலைகள் கடுமையாகிப் போய்விட்டது. தமிழகத்தில் கொரோனா இரண்டாம் அலை உருவாகாமல் இருக்க மக்களின் பங்களிப்பு அவசியம் என முன்வைக்கப்படுகிறது.

ஓட்டமும் நடையுமாய் சோர்வை ஏற்படுத்தும் நம் அன்றாட வாழ்க்கையை அலங்கரிக்கும் இந்தப் பண்டிகைகள் பற்றிய நினைவுகள் ஒவ்வொருவருக்கும் பசுமையாக மனதில் பதிந்திருக்கும். அதிரசம் சுடும் வாசனையும், முறுக்கு எள்ளடைகளை எண்ணெயில் பிழிந்து, தட்டிப் போடும் களேபரங்களும் வீட்டுக்கு வீடு காணக்கிடைக்கும். வீட்டுப் பெண்கள் தீபாவளிக்கு ஒருவாரம் முன்பே பலகாரங்களைச் சுட நேரம் காலத்தை நிர்ணயம் செய்து வைத்துக் கொள்வர். வீட்டில் வயது பிள்ளைகள் இருந்துவிட்டால் போதும். அதிக பட்டாசுகளை வெடித்தது தெருவிலேயே நம் வீடாகத்தான் இருக்க வேண்டும் என்று ஜம்பமாக பீற்றிக் கொள்ள வேண்டி வீட்டில் இருக்கும் பழைய நாளிதழ்களை கத்தை கத்தையாக கிழித்து வீட்டு வாசலில் தெறிக்க விடுவார்கள். காகித தாள்கள் காற்றடித்து அந்தப் பக்கம், இந்தப் பக்கம் பறக்காமல் இருக்க பாத்தி கட்டி வைப்பார்கள். ‘ராக்கெட்’ விட்டதால் வந்த செல்ல சண்டைகள் பின்னாளில் புஸ்வானம் ஆகி விடுவதும்,

தீபாவளியன்று பெய்த அடைமழையை சபித்த நினைவுகளும் எல்லோர் மனதிலும் சங்குசக்கரமாய் என்றும் சுழன்று கொண்டிருக்கும்.

இன்று வீடுகளில் பட்டாசுகள் இருந்தாலும் அதை வெடிப்பதில் பிள்ளைகள்கூட பெரிதாக ஆர்வம் காட்டுவதில்லை. பண்டிகைகளின் உண்மையான வாசங்களை நாம் இழந்து கொண்டிருக்கிறோம். தொலைக்காட்சி நிகழ்ச்சிகளிலேயே பண்டிகையின் உற்சாகத்தைத் தொலைத்து விடுவது கடந்த 10 ஆண்டுகளில் அதிகரித்துப் போயிருக்கிறது. காலை முதல் இரவு வரை நிகழ்ச்சிகளே கதி என்று சுணங்கிக் கிடக்கிறார்கள். வெவ்வேறு அலைவரிசைகளில் வரும் விதவிதமான ஆடல் பாடல்களைப் பார்த்துத் திருப்திபட்டுக் கொள்கின்றனர். யாரோ ஒருவர் யாருக்காகவோ அனுப்பிய வாழ்த்துகளை முந்தைய நாள் இரவெல்லாம் அலைபேசியில் அப்படியே மடைமாற்றிவிட்டு கங்கா ஸ்நானம் செய்ய வேண்டிய அதிகாலை நேரம் கடந்தும் அயர்ந்து உறங்கிக் கொண்டிருக்கின்றனர்.

பண்டிகைகள் நம் கலாசாரத்தைப் பிரதிபலிக்கின்றன. நம் முந்தைய மரபுகளை வளரும் இளம் தலைமுறையினரிடத்தில் கொண்டுசேர்க்க வேண்டியது நம் கடமை. ஒருவருக்கு ஒருவர் இனிப்புகளையும் வாழ்த்துகளையும் பரிமாறிக்கொள்ளும் அதேவேளையில் இந்த முறை அனைவரும் உற்சாகம் கொள்ளும்படி நேர்மறை எண்ணங்களையும் சிந்தனைகளையும் அவர்களுக்குள் விதைக்க வேண்டியது அவசியம். ஒவ்வொரு எண்ணமும் ஒரு காரணம், ஒவ்வொரு சூழ்நிலையும் ஒரு விளைவு, நம்பிக்கை விதிதான் வாழ்வின் விதி. நம்பிக்கை என்பது அவரவர் மனதில் தோன்றும் ஓர் எண்ணமே. ஆக ஒருவரின் ஆழ்மனதில் இட்டு நிரப்பும் சக்தி ஒருவரை உத்வேகமூட்ட வல்லது, பலப்படுத்தவல்லது. அதற்கேற்ப நல்ல நம்பிக்கை தரும் எண்ணங்களை நம் வாழ்த்தாக இந்த நாளில் வெளிப்படுத்த வேண்டும்.

சங்க காலத்தில் பண்டிகைகளைக் கொண்டாடி மகிழ்வதைக் குறுந்தொகைப் பாடல் ஒன்றில் காணலாம்.

'பேர்ஊர் கொண்ட ஆர்கலி விழவின்
செல்வாம் செல்வாம் என்றி என்று, அன்றுஇவன்
நல்லோர் நல்லபலவால் தில்ல'

பண்டிகை நடைபெறும் இடத்துக்குச் சென்றால், அவ்விடத்தில் வாழுகின்ற நல்லோர்களைப் பார்க்க முடியும். அவர்களிடமிருந்து நற்சொற்களைப் பெற்று நம்முடைய வாழ்வு சிறக்க உதவும் என்கிறாள் தலைவி. நல்ல நாட்களில் நல்வார்த்தைகளைக் கொண்டு வாழ்த்தி மகிழ்வோம்.

அதோடு நமக்கு அருகாமையிலுள்ள ஆதரவற்ற குடும்பத்துக்கு நம்மால் ஆன உதவிகளைச் செய்வதையும் பண்டிகையின் ஒரு பகுதியாக கொள்ளும்போது கிடைக்கும் இதயம் நிறைந்த வாழ்த்துகளும் இனிப்பைத் தாண்டித் தீபாவளியை இனிமையாக்கும் என்பதை அவர்கள் மனதில் விதைக்கலாம்.

பண்டிகைக் கொண்டாட்டங்கள் இல்லாத சமூகம் இறுகிப் போகும். கொரோனா தாக்கத்தால் ஏற்கெனவே மனஅழுத்தத்துக்கு ஆளாகி இறுகிப்போய் கிடக்கும் நம் சமுதாயம் இந்தப் பண்டிகையில் தன் இறுக்கத்தைத் தொலைத்து இயல்பு நிலைக்குத் திரும்ப உதவுவோம். ஏனெனில் கொண்டாட்டங்கள் இல்லையெனில் வாழ்வில் மிகப்பெரிய மகிழ்ச்சிகள் இல்லை. உணவில் உப்பு சேர்ப்பது எவ்வளவு அவசியமோ அவ்வளவு அவசியம் நாம் பண்டிகைகளைக் கொண்டாடுவது.

வழக்கமாக தீபாவளி போன்ற பண்டிகைகளில் குடும்ப உறுப்பினர்களின் ஒன்று கூடுதல் இருக்கும். உறவினர்களைக் கூட்டி உணவிடுதலே முக்கிய நோக்கமாக அமையும் இந்த நாட்களில் தான் விருந்தோம்பல் கொடிகட்டிப் பறக்கும். அனைவரும் கூடி இருந்து மகிழ்வைப் பகிருங்கள் என்று சொல்லிக் கொண்டிருந்த சமூகம், மக்களை பிரிந்து இருக்கும்படியே இன்று அறிவுறுத்துகிறது. காலத்தின் கோலம்! உறவுகள் விலகியிருந்தே வாழ்த்த வேண்டிய கட்டாயம். காலத்துக்கேற்ப இருக்கும் இடத்திலிருந்தே கொண்டாடி மகிழ்வோம்.

புத்தாடை அணிந்து பலகாரங்கள் உண்டு கொரோனாசுரனை இப்பூமியிலிருந்து அகற்ற எல்லாம் வல்ல இறைவனிடம் நம் பிரார்த்தனைகளை வைப்போம். இந்தத் தீபாவளியில் மங்கலம் பொழியட்டும், மகிழ்ச்சி தங்கட்டும். அனைவருக்கும் தீபாவளி திருநாள் வாழ்த்துக்கள்!

* * *

மாற்றங்களுக்கு தயாராகும் பள்ளிகள்

வானளாவிய கனவுகளோடு மாணவர்கள் நித்தம் சென்று வந்த பள்ளிகள் எல்லாம் கொரோனாவுக்கு முன் அடிபணிந்து உறைந்து போயுள்ளன. நிலைமை சீரடைந்து மாணவர்களுக்காகப் பள்ளிக்கதவுகள் எப்போது திறக்கும் எனப் பெற்றோர்கள், ஆசிரியர்கள் முதற்கொண்டு... ஏன் மாணவர்களே ஏங்கிப் போயுள்ளனர். இந்த நெருக்கடி காலங்களுக்கு எப்போது நகர்வுகள் ஏற்படும் என்பதே அனைவரின் எதிர்பார்ப்பாக உள்ளது. பல செம்மையான சீர்திருத்தங்களை மேற்கொண்டு வரும் பள்ளிக்கல்வித்துறை இந்தக் கொள்ளை நோய்க்குப் பிறகு மாணவர்களின் நலனுக்கு முக்கியத்துவம் கொடுத்துச் சிறப்பான நடவடிக்கைகள் எடுக்க வேண்டும் என அனைவரும் விரும்புகின்றனர்.

கொரோனா தீநுண்மியின் பாதிப்புக்குப் பிறகு கொண்டாட்டங்கள், கேளிக்கைகள், திருவிழாக்கள், சுபவிழாக்கள், ஒன்றுகூடல்கள் என எதற்கும் அனுமதி இல்லை.

இவையெல்லாம் இல்லாமல்கூட சற்றுக் காலம் இருந்துவிடலாம். ஆனால், பிள்ளைகளின் கல்வி குறித்து எதுவும் சிந்திக்காமல் எத்தனை காலம் இருந்துவிட முடியும்? இதோ பத்தாம் வகுப்பு

பொதுத்தேர்வு குறித்தான அறிவிப்பு வெளியாகிவிட்டது. எப்போது தேர்வை எழுதி முடித்து ஆசுவாசமடைவோம் என்று பெருவாரியான பத்தாம் வகுப்பு மாணவர்கள் ஏங்கிப் போயுள்ளனர். தேர்வுப் பணிகள் தீயாக நடைபெற்றுக் கொண்டிருக்கின்றன. அதன் பிறகு படிப்படியாகப் பள்ளி திறப்பது குறித்தான அடுத்தடுத்த அறிவிப்புகள் வெளியாகும் என எதிர்பார்க்கப்படுகிறது.

பொதுத்தேர்வில் ஓர் அறைக்குப் பத்து மாணவர்கள் என நிர்ணயிக்கும் அரசு உத்தரவு வரவேற்கப்படுகிறது. அனைத்து ஆசிரியர்களையும் வகுப்பறைகளையும் பயன்படுத்தித் தேர்வு நடத்தி முடித்துவிட இயலும். பள்ளி திறப்பிற்குப் பின் ஓர் அறையில் இதேபோல் 10 மாணவர்கள் என்பது சாத்தியப்படுமா? வரும் கல்வியாண்டில் பள்ளிகளில் எண்ணற்ற மாற்றங்களைச் செய்ய வேண்டியது வரும். இவற்றையெல்லாம் விட கவனிக்க வேண்டிய முக்கியமான விஷயம், பள்ளிகளில் சமூக இடைவெளியை எப்படிப் பின்பற்றச் செய்வது என்பதுதான்.

கொரோனாவுடன் வாழப் பழகிக்கொள்ளுங்கள் என்று அரசு சொல்லிவிட்ட பிறகு நம் வாழ்வியல் முறையை மாற்றம் செய்தது போல் பள்ளிகளிலும் மாற்றம் ஏற்படுத்த வேண்டியிருக்கும். ஒவ்வொரு வகுப்பறையிலும் 20 மாணவர்கள் என்ற அளவில் வகுப்புகள் துவங்கலாம் என்றே ஆலோசனை முன்வைக்கப்படுகிறது. கோத்தாரி கல்விக் குழு முன்வைத்த 20 மாணவர்களுக்கு ஓர் ஆசிரியர் என்ற விகிதாசாரத்தில் மாற்றி அமைப்பது வரும் கல்வியாண்டில் சாத்தியப்படாத நடைமுறை. தற்போது இருக்கும் ஆசிரியர்களைக் கொண்டு எப்படிப் பாதுகாப்புடன் மாணவர்களைக் கையாள்வது என்றே யோசிக்க வேண்டும்.

ஒரு வகுப்பில் சராசரியாக 40 மாணவர்கள் இருந்தால் காலை, மாலை என இரு சுழற்சியில் வகுப்புகள் நடத்தப்படலாம் என்பது ஒரு சில கல்வியாளர்களின் கருத்து. மற்றொன்று யாதெனில் 20 மாணவர்களைத் திங்கள், புதன், வெள்ளியிலும் மற்ற 20 மாணவர்களைச் செவ்வாய், வியாழன், சனியிலுமாக இருவேறு நாட்களில் வரவழைக்கலாம் என ஆலோசனைகள் உலா வருகின்றன.

இந்தக் கடின காலத்தில் இப்படி மாற்றி யோசிக்க வேண்டியது அவசியம். இதில் இரண்டாவது நடைமுறையை

பின்பற்றுவதால் ஒரே நேரத்தில் பேருந்துகளில் கூட்டம் நிரம்பி வழிவதிலிருந்து விலக்கு ஏற்படும். இன்று நடத்தும் பாடங்களை மறுநாள் வீட்டிலேயே படித்து எழுதிப் பார்க்க மாணவர்களைப் பழக்கப்படுத்த வேண்டும். ஒருநாள் விட்டு ஒருநாள் பள்ளிக்கு வருவதால் பெரியளவில் ஒன்றும் இழப்புகள் ஏற்படப்போவதில்லை. ஆனால், நிச்சயம் தொடர்ச்சி இருக்கும். அடுத்த ஒரு நாளுக்கான வீட்டுப்பாடங்களை அவர்கள் முடித்து வர அறிவுறுத்தலாம். வகுப்பறையில்கூட தன்னிடம் உள்ள பொருள்களைப் பிறருக்குக் கொடுத்து வாங்குதல் எல்லாம் கூடாது. அவரவர் பொருள்களை அவரவர் கையாள வேண்டும் என ஆசிரியர்கள் பழக்க வேண்டும்.

வைக்கப்படும் வகுப்புத் தேர்வுகளில் ஒவ்வொரு மாணவரின் நோட்டுகளை ஆசிரியர் தொட்டு திருத்துவது சவாலான காரியம். அதற்குப் பதில் அவரவரையே திருத்தி மதிப்பிடச் சொல்லலாம். ஆரம்ப காலங்களில் வகுப்பெடுக்கவே நேரம் சரியாக இருக்கும். அதனால் இதைப்பற்றிப் பெரிதாகக் கவலைப்பட ஒன்றுமில்லை.

காலையில் அனைத்து மாணவர்களும் ஒன்றுகூடும் இறைவணக்கக் கூட்டத்தைத் தவிர்க்க வேண்டியிருக்கும். அதற்குப் பதில் வகுப்புகளிலேயே சமூக இடைவெளியுடன் நடத்திக் கொள்ளலாம். குழுவாக கூடுவது, குழுவாக விளையாடுவது, இணைந்து செயல்படுவது என அனைத்தையும் அடுத்த சில மாதங்களுக்குத் தவிர்க்க வேண்டிய நிர்பந்தம்.

அனைத்து மாணவர்களும் கட்டாயம் முகக்கவசம் அணிந்து வருவதை உறுதி செய்வதோடு முகக்கவசத்தை எவ்வாறு உபயோகிக்க வேண்டும் என்ற வழிமுறைகளை ஆசிரியர்கள் தங்கள் மாணவர்களுக்குக் கட்டாயம் அறிவுறுத்த வேண்டும்.

ஏனெனில் அவர்கள் பள்ளிக்கு வரும் பொருட்டே முகக்கவசம் அணிய பழக்கப்பட்டிருப்பர். முகத்தையோ முகக்கவசத்தையோ அடிக்கடி தொடாது இருக்க அவ்வப்போது அறிவுறுத்த வேண்டியதோடு முகக்கவசத்தைக் கழற்றும்போது காதுபுறமாக இருந்து விடுவிக்க வேண்டும் எனப் பழக்க வேண்டும். வீட்டிலுள்ள பெற்றோர்களுக்கே இது சார்ந்த தகவல்கள் சரிவர தெரியாது. அதனால், ஆசிரியர்கள் கொரோனாவிலிருந்து நம்மை நாம் எப்படித் தற்காத்துக்கொள்ள வேண்டும் என்ற வழிமுறைகள் கடைசி மாணவர் வரை சென்று சேர்ந்ததா என உறுதிப்படுத்திக்கொள்ள வேண்டும்.

மேல்நிலைப் பள்ளியாக இருந்து மாணவர்களின் எண்ணிக்கை அதிகமாக இருக்கும்போது ஒவ்வொரு வகுப்புக்கும் மூன்று வித சுழற்சியில் மதிய உணவு இடைவெளிகளைச் சாத்தியப்படுத்தலாம். கழிவறை உபயோகித்தலுக்கும் இப்படியான நடைமுறைகளைப் பின்பற்றுவது அவசியத் தேவை. இதுபோன்றே பள்ளி விடும் தருவாயிலும் ஒவ்வொரு வகுப்புக்கும் 5 முதல் 10 நிமிட இடைவெளியில் வெளியேறுவது அனைவருக்கும் பாதுகாப்பாக இருக்கும். அந்தந்த பள்ளி மாணவர் எண்ணிக்கைக்கு ஏற்ப தலைமை ஆசிரியர்கள், தங்கள் பள்ளியில் பணிபுரியும் ஆசிரியர் குழுவின் பல்வேறு ஆலோசனைகளைப் பெற்று இணைந்து இதை நடைமுறைப்படுத்தலாம்.

மாணவர்கள் சீரிய இடைவெளியில் வழலைக்கட்டி (சோப்பு) போட்டுக் கைக்கழுவும் நடைமுறையைப் பின்பற்றுதலைக் கண்டிப்பாக உறுதி செய்திடல் வேண்டும். அதற்குத் தேவையான அனைத்து வசதிகளையும் ஒவ்வொரு பள்ளியும் தவறாது செய்தல் வேண்டும். இத்தகைய பாதுகாப்பை மாணவர்கள் பெற்றுள்ளார்களா என ஒவ்வொரு பள்ளியிலும் ஆய்வு செய்து அதிகாரிகள் உறுதிப்படுத்த வேண்டும். இதில், எதிலும் சமரசம் இருக்கக் கூடாது. மாறாக சமரசம் ஏற்படும் பட்சத்தில், சமூகப்பரவலுக்கு இது வழி ஏற்படுத்திவிடும்.

வீட்டில் கவனித்துக்கொள்ள ஆள் இல்லை என்று காய்ச்சலுடனே பள்ளிக்கு வந்து படுத்துக் கிடப்பர் சில மாணவ, மாணவிகள். காய்ச்சல், இருமல் போன்ற அறிகுறிகள் இருந்தால் அவர்களை வகுப்பறையிலிருந்து பாதுகாப்பாக அப்புறப்படுத்தும் நடவடிக்கையை ஆசிரியர்கள் மேற்கொள்ள வேண்டும். பெற்றோர்களும் உடல்நலக்குறைவுடன் இருக்கும் தம் பிள்ளைகளைப் பள்ளிக்கு அனுப்பி வைப்பதைத் தவிர்த்தல் நலம்.

இன்று பல்வேறு இல்லங்களிலிருந்தபடியே இணையும் இணைய வழிக்கல்வியில் மாணவர்கள் துவக்கத்தில் ஈடுபாட்டுடன் இருப்பதுபோலத் தெரிந்தாலும் பின்பு வெகு விரைவிலேயே அவர்கள் கவனம் சிதறிவிடுவது தெரிகிறது. இணையவழிக்கல்வியில் இணைவதோ ஆசிரியரின் வகுப்பு குறித்தான காணொளியைக் காண்பதோ கல்லூரி மாணவர்களுக்கு வேண்டுமானால் சுலபமாகவும் ஏற்புடையதாகவும் இருக்கலாம். பள்ளிக் குழந்தைகளுக்கு இது சாத்தியப்படுவது கடினம்.

கரும்பலகை தரும் மகிழ்ச்சியை கணினித்திரை எப்போதும் தராது!

வெளிநாடுகளில் இணையவழிக் கல்வி சக்கை போடு போடுகிறதே என்று பலரும் முன்வைக்கிறார்கள். அங்கு அனைவர் வீட்டிலும் இணைய வசதி உள்ளது. ஆனால், நம் நாட்டில்? இணையவழிக்கல்வி, கூகுள் வகுப்பறைகள் எல்லாம், அரசுப் பள்ளி மாணவர்களுக்கு அதிலும் குறிப்பாக வரும் கல்வியாண்டிலேயே நடைமுறைக்குக் கொண்டுவரும் சாத்தியக்கூறுகள் ஆராயப்பட வேண்டிய ஒன்று. வறுமையில் உழலும் எண்ணற்ற ஏழைக்குடும்பங்களில் இணையவழிக் கல்வியை எப்படிக் கொண்டுபோய் சேர்ப்பது? அதிகபட்சம் அவர்களிடம் ஓர் அதிதிறன்பேசிகூட இல்லாத நிலையில் இதைப்பற்றி யோசிப்பதே அவர்களின் பின்தங்கலுக்கான காரணமாக அமைந்துவிடும்.

1 – 5 ஆம் வகுப்பு வரை உள்ள குழந்தைகளைக் கையாள்வதில் பெருத்த சிரமங்கள் இருக்கும். ஒருநாள் இடைவெளியில் அவர்களைப் பள்ளிக்கு வரவழைப்பது கொஞ்சம் இலகுவாக இருக்கலாம். தம் குழந்தையை 2 வயதிலெல்லாம் மழலையர் வகுப்புக்குத் தூக்கிக் கொண்டுபோய்ச் சேர்க்கும் அவசரத்தை இந்த வருடம் காட்டாமல் இருப்பது அதிஉத்தமம். அவர்களை அடுத்த வருடமே பள்ளியில் சேர்க்கலாம். யாதொரு அவசரமும் இல்லை.

ஆட்டோக்களில் பிள்ளைகளை அடைத்து ஏற்றிச் செல்ல அனுமதிக்கும் பெற்றோர் இனி மாறித்தான் ஆகவேண்டும். கூடுமானவரை அவரவர் தம் பிள்ளைகளைச் சற்றுச் சிரத்தை எடுத்துப் பள்ளிக்கு அழைத்துச் செல்லலாம்.

இந்த நடைமுறைகளால் ஆசிரியர்களின் பணிச்சுமை கூடுதலாகும் வாய்ப்புள்ளது. பாடங்களை இரண்டு முறை எடுக்க வேண்டி இருக்கும். இருப்பினும் மாணவர் நலன் கருதி இந்தச் சங்கடங்களைச் சாமர்த்தியமாகக் கையாள ஆசிரியர்களை ஊக்குவிக்க வேண்டும்.

தேவைப்பட்டால் நிலைமைக்கு ஏற்ப இந்த வருடத் தேர்வுக்குப் பாடத்திட்டத்தில் சில இயல்களைக் குறைத்துக் கொள்ளலாம். பள்ளி நேரத்தைக் குறைத்தோ மாற்றி அமைத்தோ சீர்படுத்துவது, முதல் பருவத்தேர்வை ரத்து செய்வது உள்ளிட்ட பல்வேறு யோசனைகள், பள்ளிக்கல்வித்துறையின்முன்

வைக்கப்படுகின்றன. மாணவர்களின் பாதுகாப்பு ஒன்றே அனைத்திலும் முதன்மையானது எனும் நோக்கோடு ஆக்கப்பூர்வமான நடவடிக்கைகளை எடுத்துவரும் அரசு, இதையும் சிறப்பாய்ச் செயல்படுத்தும் என நம்புவோம்.

பொதுவாக மாணவச் செல்வங்களுக்கு ஒரு பழக்கம் உண்டு. உணவு இடைவெளியில் கூடி அமர்ந்து பகிர்ந்து உண்பர்.

ஓடி விளையாடு பாப்பா - நீ
ஓய்ந்திருக்க லாகாது பாப்பா
கூடி விளையாடு பாப்பா - ஒரு
குழந்தையை வையாதே பாப்பா

என்றுதான் நாம் அவர்களைப் பழக்கியிருக்கிறோம். இத்தனை நாளாகப் பிறருக்குக் கொடுத்துப் பழகுமாறும் குழுவாக இணைந்து செயல்படுமாறும் மாணவர்களுக்கு அறிவுரை வழங்கியதிலிருந்து மாறுபட்டு நிற்கும் சூழ்நிலைக்கைதிகளாகிப் போனோம் நாம். ஆம்... இன்றைய நிலைமை தலைகீழ். சில காலத்துக்கு இது அத்தனையையும் தவிர்க்க வேண்டி இருக்கும்.

வழக்கமாக மாணவர்களின் பேச்சொலியும் சிரிப்பொலியும் வகுப்பறையில் கைகோர்க்கும். கிண்டல், கேலிகள் என அது ஒருபுறம் கொடி பறக்கும். ஆனால் இந்த நெருக்கடி காலத்தில் வகுப்பறை எப்படி இருக்கும் என யோசிப்பதே ஒரு திகில் படத்தைக் காணப்போகும் படபடப்பை ஏற்படுத்தத்தான் செய்கிறது. எனினும் காலத்தின் கடுமையில் மாணவர்கள் கருகாமல் இருக்க வேண்டும். அதுவே நம் அனைவரின் பொறுப்புணர்வு.

'கூடி வாழ்ந்தால் கோடி நன்மை' என்ற கூற்றுக்கான பொருள் இன்று நிறம்மாறிப் போயுள்ளது. இனி அறிவாற்றலுடன் ஒன்றுகூடிக் கொரோனா தீநுண்மியில் இருந்து நம்மைத் தற்காத்துக் கொள்வோம்.

* * *

அன்புள்ள 2020ஆம் ஆண்டு மாணவர்களே!

நாம் அனைவரும் கொரோனா நுண்மியுடன் கடுமையாக போராடிக் கொண்டிருக்கிறோம். கைக்கழுவுதலே பிரதான ஆயுதம், முகக்கவசமே முதன்மை கேடயம் எனும் ரீதியில் நித்தம் நித்தம் யுத்தகளத்தில் உழல்கிறோம். ‘நடுவுல கொஞ்சம் பக்கத்தை காணோம்’ என்பதுபோல ‘இடையே சில மாதங்களைக் காணோம்’ என பயணப்பட்டுக் கொண்டிருக்கிறோம்.

குறிப்பாக இந்த 2020 வருட மாணவச் செல்வங்களை நினைக்கும்போது கலவையான எண்ணங்கள் தோன்றுகின்றன. நண்பர்களுடன் விளையாடப் போகாமல், வேடிக்கைப் பார்க்காமல் நான்கு சுவர்களுக்குள் முட்டிக்கொண்டு இணையவழி விளையாட்டுக்களில் நேரம் இழக்கும் எண்ணற்ற மாணவர்கள் குறித்தே அதிகம் கவலை கொள்கிறேன். இதில் கூடுதலாக பெற்றோர்கள் கூறும் அறிவுரைகள் வேப்பங்காயாய் கசக்கத்தான் செய்யும். எத்தனை அசௌகர்யங்கள் இருந்தாலும் மனதைத் திடப்படுத்திக் கொண்டு நமது கடமைகளைச் செய்துகொண்டிருக்கத்தான் வேண்டும்.

மாணவர்கள் வழக்கமாக முழுஆண்டுத் தேர்வுகளை எதிர்கொண்டு அதற்குப் பிறகான 1

மாத விடுமுறையை அனுபவித்துவிட்டு ஜூன் மாதத்தில் புது வருட கல்வி குறித்த கனவுகளுடன் புலிப்பாய்ச்சலுக்குத் தயாராக இருப்பர். ஆனால், இந்த வருடம் ஏப்ரல், மே, ஜூன் மாதங்களை நாம் வேறு விதங்களில் எதிர்கொண்டோம்.

துவக்கத்தில் இந்த அசாதாரண காலகட்டத்தை வரவேற்றவர்கள் தற்போது பள்ளி, கல்லூரிக்குச் சென்று எப்போது நண்பர்களுடன் அளவளாவுவோம் என ஏங்கிப் போயுள்ளனர். தம் பள்ளி கல்லூரி நாட்கள் குறித்தான கனவுகளில் மூழ்கிப் போயுள்ளனர்.

போதும் போதும் என்னும் அளவுக்கு விடுமுறை கிடைத்துள்ளது. ஆனால், அதைக் கொண்டாடும் மனநிலை தான் யாருக்கும் வாய்க்கவில்லை. கூடுதலாக ஒரே ஒரு நாள் விடுமுறை கிடைக்காதா என புயல் மழை தருணங்களின் போது தொலைக்காட்சிப் பெட்டியின் முன் தவம் கிடந்த காலங்கள் போய் எப்போது பள்ளி திறப்பு குறித்த அறிவிப்பு வரும் என மாணவச் செல்வங்கள் எதிர்பார்த்து நிற்கின்றனர். காலில் சக்கரம் கட்டிக்கொண்டு ஓடியவர்களை வீட்டை விட்டு வெளியேறா வண்ணம் கட்டுப்பாட்டுக்குள் கொண்டு வந்ததால் அவர்களுக்கு ஏகப்பட்ட மனநெருக்கடி.

இந்த ஆண்டு பொதுத்தேர்வு குறித்த குழப்பங்கள் ஓய்ந்த நிலையில் அடுத்த ஆண்டு பொதுத்தேர்வுக்குத் தயாராகும் மாணவச் செல்வங்களின் நிலை தர்மசங்கடமாய் உள்ளது. 2021ஆம் ஆண்டு பொதுத்தேர்வுகள் குறித்துப் பெற்றோர்கள் இப்போதே கவலை கொள்கிறார்கள். ஜூன் மாதத்திலிருந்து தயாரானால் தானே அவர்களால் சிறப்பான பங்களிப்பை அளிக்க முடியும் என்பது அவர்களின் கண்ணோட்டமாக உள்ளது. எது எப்படியாகினும் இப்பொழுது ஏற்பட்டுள்ள இக்கட்டான காலகட்டத்தை மாணவர்கள் வெற்றிகரமாக கடந்து செல்லத்தான் வேண்டும். ஒவ்வொரு நாளும் புதுப்புது சவால். நாம் அதை எவ்வாறு எதிர்கொண்டு கடக்கிறோம் என்பதில் கவனம் இருக்கட்டும்.

இன்று தகவல்தொழில்நுட்பம் பல புதுமைகளை நம் வாசல் நோக்கித் திறந்துள்ளது. யாரொருவர் நேரத்தை விரயமாக்காமல் காலத்துக்கேற்ப தம் பணியினைச் சீரும் சிறப்புமாக செய்கிறார்களோ அவர்களுக்கு வெற்றி விரைவில்

கைகூடும். எதிர்காலம் குறித்த நம்பிக்கையும் மாணவர்களுக்கு நிச்சயம் தேவை. நாளை நம் செயல் குறித்த வேட்கை ஒன்றே இன்றைய விரக்தி நிலையை மாற்றும். எத்தகைய கடினமான காலகட்டமாக இருந்தாலும் தம்முள் இருக்கும் ஆற்றலை வெளிப்படுத்த தயங்கக் கூடாது. இயற்கையின் விதிகள் வெவ்வேறு நிலைப்பாடு கொண்டு இருப்பினும் நம் பலத்தை கொண்டு பலவீனத்தை போக்க வேண்டும்.

'100 இளைஞர்களைத் தாருங்கள். உலகத்தையே மாற்றிக் காட்டுகிறேன்' எனச் சொன்ன சுவாமி விவேகானந்தர், இளைஞர்கள் மீது அளப்பரிய நம்பிக்கை கொண்டிருந்தார். நான் இந்த மண்ணுலகை விட்டு மறைந்த பின் ஆயிரம் ஆண்டுகள் என்னுடைய தாக்கம் இருக்கும் என்று சொன்ன அந்தத் தீர்க்க தரிசி, 'ஒவ்வொரு இளைஞனும் தன்னை முதலில் உயர்த்திக் கொள்ள வேண்டும். அதன்பின் தனக்கு வந்த உயர்வைக் கொண்டு, அதற்குக் காரணமாக இருந்த சமுதாயத்தை உயர்த்த வேண்டும்" என்றார். இதுவே அவரது கனவாக இருந்தது. ஆக... தேவையற்ற பயத்தையும் எதிர்காலம் குறித்த அவநம்பிக்கையையும் கைவிட்டு ஆக்கப்பூர்வமான செயல்களில் ஈடுபடும்போது நம் வாழ்க்கை வானத்தில் நம்பிக்கை நட்சத்திரம் பூக்கும்.

மாணவர்களாகிய உங்களுக்கு இத்தனை நாள் நின்று நிதானித்துப் பார்க்க நேரம் இல்லாது போயிருக்கலாம். இன்று கிடைத்திருக்கும் இந்த அபரிமித நேரத்தை கல்வி என்ற ஒன்றைத் தாண்டி இந்த உலகை அதிகளவில் உற்றுநோக்குங்கள். உங்களை நீங்களே ஆழ்ந்து உள்நோக்கவும் தவறாதீர்கள். உங்களை எது நன்முறையில் பரவசப்படுத்துகிறது, உங்களின் தேடல் எதைநோக்கி உள்ளது என கண்டறியுங்கள். அதை நோக்கிப் பயணப்படுங்கள்.

எல்லாம் இயல்பாக நடந்திருந்தால் பன்னிரண்டாம் வகுப்பு முடித்தவர்கள் இந்நேரம் அவரவர் கல்லூரிகளைக் கண்டடைந்திருப்பார்கள். இந்தவருட விதி அனைத்தையும் புரட்டிப் போட்டதனால் கல்லூரிக்காக கனவுகளை சுமந்து கொண்டு காத்திருப்பவர்கள் காத்திருப்பு பட்டியலில் தொடர்ந்து இடம்பிடித்துக்கொண்டு இருக்கிறார்கள். அதன்பொருட்டு விரக்தி அடையாமல் ஆக்கப்பூர்வமான பணிகளில் கவனம் செலுத்துங்கள். உடற்பயிற்சிகளைத் தவிர்க்காதீர்கள், எந்தெந்த

விளையாட்டுகளை விளையாடும் சூழல் இருக்கிறதோ நன்கு விளையாடுங்கள். புதுப்புது மொழிகளைக் கற்றுக்கொள்ளுங்கள், தொழில்நுட்பத்தை இன்னும் ஆழமாக ஊடுருவிப் பாருங்கள், உங்களின் பசிக்கேற்ற நூல்களை வாசியுங்கள், உங்கள் அறிவுக்குத் தீனி போடும் அளப்பரிய விஷயங்களில் ஈடுபடுங்கள். உங்களிடம் மறைந்துள்ள தனித்துவத்தை கண்டறியுங்கள். இதுவரை பார்க்காதக் கண்ணோட்டத்துடன் தகவல்களை உள்வாங்குங்கள். பார்க்காதக் கோணத்தில் பிரச்னைகளை அணுகுங்கள். தேடாத கதவுகளைத் தேடி திறவுங்கள். வாய்ப்புக் கிடைத்தால் இணையவழி பயிற்சிகள், கருத்தரங்குகளில் கலந்துகொண்டு பயன்பெறலாம். நம் விருப்பம் சார்ந்து தேர்ந்தெடுத்துக்கொள்ளலாம். அட, எல்லாவற்றிற்கும் மேலாக நம்மைச் சுற்றி இருப்பவர்களுக்குக் குறைந்தபட்சம் நம் வார்த்தைகளால் நம்பிக்கையை விதைக்கலாம்.

சூழலுக்குத் தகுந்தாற்போல மாற வேண்டிய கட்டாயத்தில் காலம் நம்மை நிறுத்தியிருக்கிறது. பலருக்கும் இணையவழிக் கல்வி மூலம் வேறு ஒரு புதிய வடிவில் வகுப்புகள் தோன்றியுள்ளன. '3 மணி நேரம் இணைய வகுப்புகளில் நாம் மட்டும் உழல்கிறோம். அண்டை வீடுகளில் வசிக்கும் மாணவர்கள் எல்லாம் எந்த நெருக்கடியுமின்றி சுதந்திரப் பறவைகளாய் இருக்கிறார்களே' என்பது போன்ற உணர்வுகள் ஒரு சாராருக்கு இருந்தால், 'நமக்கு வகுப்புகள் இன்னும் துவங்கவில்லையே! அதோ நம்மைச் சுற்றி உள்ள அந்த வீடுகளில் எல்லாம் பிள்ளைகள் படிக்கத் துவங்கி விட்டனரே' என மற்றொரு சாராருக்கு மன அழுத்தம்.

வகுப்பறைபோல் அல்லாத இணைய வகுப்புகள் நடைபெற்றாலும், கவனிக்கும் திறனும் கற்கும் திறனும் ஒவ்வொருவருக்கும் வேறுபடும். கேள்வி கேட்பதன் மூலமும் உரையாடல் மூலமுமே கற்றல் அடுத்தடுத்த நிலைகளை அடையும். ஆனால், இன்றைய சூழ்நிலையில் இதற்கான சாத்தியங்கள் இல்லாத பட்சத்தில் நமக்குக் கிடைத்திருக்கும் வாய்ப்புகளைக் கொண்டு நாம் தயாராகத்தான் வேண்டும். சிலருக்கு இணைய வழி வகுப்புகள் கிடைத்திருக்கும், சிலருக்கோ புத்தகங்கள் மட்டும் கைக்கு கிடைத்திருக்கும். அதைக் குறை சொல்லிக்கொண்டிராமல் இருப்பதைக் கொண்டு சிறப்பாய் மேம்பட வியூகம் அமைத்துக் கொள்ளலாம். ஒவ்வொருவருக்கும்

முன்னேற்றத்தின் அறிகுறி அவர்களின் முயற்சியில்தான் இருக்கிறது.

இது தவிர இன்றைய நவீன காலகட்டத்துக்கேற்ப எண்ணற்ற இயந்திரங்களை நாம் பயன்படுத்தி வருகிறோம். அதில் சிலது பழுதடைந்து விட்டால் அடுத்து என்ன செய்வது என்று கூட இன்றைய தலைமுறையினருக்கு அந்த பொருள் குறித்தான புரிதல் இல்லை.

ஒரு மின்விளக்குக் குமிழை கழற்றி மாற்றக்கூட 20 வயது மகனுக்கோ மகளுக்கோ தெரியாமல் உள்ளது. அனைத்துக்கும் யாரோ ஒரு நிபுணரைத் தான் அணுகவேண்டும் என்று நினைக்கின்றனர்.

தையல் இயந்திரத்துக்கு எண்ணெய் விடுவது, புகை போக்கியின் (CHIMNEY) எண்ணெய் பிசினை நீக்குவது, சலவை இயந்திரம் சேமித்து வைத்திருக்கும் அழுக்குத் திரவத்தைத் திறந்து சுத்தப்படுத்தி, அதனை நன்கு சுவாசிக்க வைப்பது, இயந்திரங்களில் கழலவிருக்கும் திருப்பாணிகளின் இருப்பிடங்களை கண்டறிந்து திருப்புலி கொண்டு கச்சிதமாக்குவது, ஈனஸ்வரத்தில் அழுது கொண்டிருக்கும் வாகனத்தைத் துடைத்து எண்ணெய் விட்டுப் பளபளப்பாக்குவது வரை அனைத்திலும் கற்றல் சாத்தியப்படும். ஆர்வமே அடிப்படை சாரம்.

மொத்த உலகமும் இன்று ஸ்தம்பித்துத்தான் போயுள்ளது. இழப்பு நமக்குக் கற்றுத்தரும் பாடம் என்னவாக இருந்துவிட முடியும்? இனி இந்த பூமியில் எவ்வாறு நிலைத்து நிற்பது எனும் கேள்வியை மனதில் விதைத்து அதற்கான விடையைக் கண்டுபிடிப்பது தானே!

நேற்று கொரோனா வந்ததுபோல நாளை பரோனா என்ற வேறொன்று வரலாம். எதுவரினும், தேக்கநிலையின்றி அடுத்தடுத்த தளங்களுக்கு நம்மைக் கடத்திக்கொண்டு போக வேண்டிய கட்டாயத்தில் இருக்கிறோம். இந்த நிலையிலிருந்து நாம் எவ்வாறு வெற்றிகரமாக கடக்க வேண்டும் என்பதில் கவனம் செலுத்துவோம். ஏனெனில், இளையோர் கூட்டம் தலைமை தாங்கும் பூமியே புதிய பூமி.

* * *

காற்றுள்ளபோதே தூற்றிக்கொள்

சமீபத்தில் நான் வாசித்து ரசித்த ஒரு செய்தி. மஹாபாரதத்தின் 15 ஆம் நாள் யுத்தத்தில் தன்னுடைய தந்தை துரோணரை ஏமாற்றிக் கொன்றதில் அசுவத்தாமன் மிகவும் உக்கிரமடைந்தார். அவர் பாண்டவ சேனை மீது மிக பயங்கரமான ஓர் ஆயுதம் 'நாராயண அஸ்திரம்' தொடுக்கிறார்.

இதற்கு மாற்று உபாயம் எதுவுமே கிடையாது. யாருடைய கைகளில் எல்லாம் ஆயுதம் உள்ளதோ அல்லது யுத்தம் செய்வதற்கு முயற்சி செய்கின்றார்களோ, அது அவர்களைப் பார்த்து அவர்கள் மீது அக்னி மழை பொழியும். அவர்கள் அழிந்து விடுவார்கள்.

அவரவர் ஆயுதங்களைக் கீழே வைத்து விட்டு அமைதியாக கைகளைக் கட்டிக் கொண்டு நிற்குமாறு கண்ணன் சேனைக்குக் கட்டளையிடுகிறார்.

மேலும், மனதில் யுத்தம் செய்வதற்கான எண்ணம்கூட வரக்கூடாது. இந்த அம்பு அதையும் கண்டறிந்து அவர்களை அழித்துவிடும் என்று கூறி வழிநடத்துகிறார்.

நாராயண அஸ்திரம் தனது நேரம் முடிந்தவுடன் அமைதி ஆகிறது. இந்த விதமாக பாண்டவ சேனை காப்பாற்றப்பட்டனர். தற்போது நிலவும் சூழல் இதன் உட்கருத்தைப் பிரதிபலிக்கிறது.

எல்லா இடங்களிலும் யுத்தம் வெற்றி அடைவதில்லை. நம்முன் இருக்கும் கிருமியிடமிருந்து தப்பிக்க கொஞ்ச காலம் அனைத்து வேலையையும் விட்டு விட்டு அமைதியாக கைகளைக் கட்டிக்கொண்டு மனதில் நல்ல எண்ணம் வைத்து ஓரிடத்தில் அமர்ந்து இருப்பவர்கள் பிழைத்துக்கொள்வார்கள். கிருமியைப் பற்றிய எண்ணம்கூட வரக்கூடாது. அது அதனுடைய நேரம் வரும்போது தானாக மறைந்து விடும் அல்லது அழிந்து விடும். இறைவனால் சொல்லப்பட்ட இந்த உபாயம் வீணாகி விடாது, அதனால் வீட்டில் இருப்போம் என்று நிறைவடைகிறது.

ஆம் வீட்டில் தான் இருக்கிறோம். எப்படி இந்த சமூக சேய்மையை நமக்கு ஆரோக்கியமாக மாற்றிக் கொள்வது? இந்த 21 நாட்கள் கழித்தும் இதே நிலை நீடிக்குமா? பழைய வாழ்க்கைமுறையை அவ்வளவு எளிதில் மீண்டும் பெற முடியுமா? திருமணம், திருவிழாக்கள், வழிபாடு, கருத்தரங்கம் போன்ற இன்ன பிற நிகழ்ச்சிகள் இந்த 21 நாட்களுக்குப் பிறகு முழுஅளவில் செயல்படுமா? போன்ற விதவிதமான கேள்விகள் சாமான்யன் முதல் சாணக்யன் வரை அனைவர் மனதிலும் போட்டுக் குடையத் தொடங்கியுள்ளது.

இந்த 21 நாட்களுக்குப் பிறகு எது வேண்டுமானாலும் நடக்கலாம். ஆனால், வீட்டுக்குள்ளிருக்கும் நாம் இந்த நாட்களை எவ்வாறு அணுகலாம்?

ஓர் அதிசயம்போல கிடைத்திருக்கும் இந்த அரிய நாட்களைச் சரியாக திட்டமிட்டுக் கொண்டால் சிறப்பாக இருக்கும். என்ன செய்வது என்ன செய்வது என்று சதா புலம்பச் செய்யும் எதிர்மறை எண்ணங்களை ஒழித்து நேர்மறையாக முதலில் சிந்திக்கத் துவங்குவோம். சரியாக திட்டமிட்டால் சமூகச்சேய்மை குறித்த நம் பார்வை மாறும்.

இதன்பொருட்டு நடந்த ஒரு முக்கிய மாறுதல் தொலைக்காட்சிகளில் தொடர்ந்து ஒளிபரப்பாகிக் கொண்டிருந்த நெடுந்தொடர்கள் எல்லாம் காணாமல் போய் மகாபாரதம், இராமாயணம் போன்ற இதிகாசத் தொடர்கள் மீண்டும் ஒளிபரப்பாகுகின்றன. இன்னும் சில வீடுகளில், குழந்தைகள் இதிகாசக் கதைகள் கூட பூரணமாக தெரியாமல்தான் உள்ளனர். அவர்களுடன் கதைகளைப் பகிர்ந்தபடி ஒன்றாக அமர்ந்து பார்க்கலாம். புரியாத இடத்தில் விளக்கலாம். எவ்வளவு நேரம்

தான் அலைபேசியினுள்ளே அமிழ்ந்து கிடப்பார்கள்! மேலும் நெடுந்தொடர்களுக்குப் பதிலாக சிறந்த படங்களை ஒளிபரப்பத் தொடங்கியுள்ளனர். விருப்பப்பட்டவர்கள் நமக்கு ஒத்துழைக்கும் நேரத்தில் அதைக் கண்டுகளிக்கலாம்.

புத்தகக் கண்காட்சியிலிருந்து வாங்கி வந்து அடுக்கி வைத்துள்ள வாசிக்காத புத்தகங்களை ஒவ்வொரு நாள் ஒன்றொன்று என்ற ரீதியில் படிக்கலாம். புத்தகத்தைப் புத்தகமாக படிப்பதுதான் சிறந்தது. இருப்பினும் அப்படி இல்லாத பட்சத்தில் மின்புத்தகங்களை வாசிக்கலாம். 'டெலிகிராம்' (Telegram) போன்ற செயலிகளில் செயல்படும் 'ஏடகம்', 'நூலகம்' போன்ற எண்ணற்ற குழுக்களில் ஏதேனுமொன்றில் இணைந்தால் வாசிக்க இலவசமாக நூல்கள் கிடைக்கிறது. புதிதாக படிப்பதற்கும், நினைத்ததை தேடி எடுப்பதற்கும், மீள்வாசிப்பு செய்வதற்கும் மிகச் சிறந்தது. முதலில் இத்தனை புத்தகங்கள் என பட்டியல் தயார் செய்துகொண்டால் ஒவ்வொன்றாக வாசித்து முடித்து விடலாம். சுஜாதா நாவல்கள் முதல் பல்வேறு நூல்கள் வரை சமூக வலைதளங்களில் இலவசமாக உலா வந்து கொண்டிருக்கிறது. நாலு நல்ல விஷயங்களை உள்ளே போக அனுமதித்தால் நேரம் போவதே தெரியாது. உண்மையில் பற்றாக்குறைதான் நிலவும். அனைத்து பத்திரிகைகளும்கூட இன்று இணையத்தில் இலவசமாக கிடைக்கிறது.

வீட்டில் இருந்தபடியே இணைய வழி பாடக்கோப்புகளில் பயில்வது, இணையவழி கருத்தரங்கில் (WEBINAR) பங்கேற்பது, இணைய வழி பயிற்சிகளில் (TRAINING) செயல்படுவது என நேரமின்மையால் தடைபட்டுப்போன பல செயல்களைத் தற்போது சாமர்த்தியமாக செய்து முடிக்கலாம்.

மாறிவரும் இன்றைய காலகட்டத்தில் ஆண் குழந்தையோ பெண் குழந்தையோ அனைவரும் அவரவர் அடிப்படைத் தேவைகளை அவரவரே பூர்த்தி செய்து கொள்ள வேண்டிய கட்டாயத்தில் உள்ளோம். கல்வி, வேலை என பயணப்படும் போது உணவில் அம்மா கைப்பக்குவத்தையே அனைத்து இடங்களிலும் எதிர்பார்த்துக் கொண்டு இருக்க முடியாது. நம் கைப்பக்குவத்தையும் உடன் துணைக்கு வைத்துக் கொள்வது, உலகம் அறிந்திராத இதுபோன்ற அவசர காலங்களில் கைக்கொடுக்கும். எளிமையாக செய்யும் உணவுகளை முதலில்

அறிமுகப்படுத்திச் செய்யப் பழக்கலாம். அடுப்புப் பற்ற வைக்கக் கூட அஞ்சும் அவர்களுக்குச் சின்ன சின்ன விஷயங்களை அணுகும் முறைகளையும் சொல்லிக் கொடுக்கலாம்.

சொந்த பந்தங்களின் உறவாடல் அருகிப் போய்விட்டதால் நமக்கு முந்தைய தலைமுறையினரே நம் பிள்ளைகளுக்குத் தெரிவதில்லை.

மனதுக்குள்ளே குடும்ப விளக்கப்படத்தைப் படரவிட்டு அதிகபட்சம் ஐந்து தலைமுறைச் சொந்தங்களை அவர்களுக்கு அறிமுகப்படுத்தலாம். தாத்தா–பாட்டிகள் வளர்ந்த விதம், அவர்கள் வாழ்ந்த வரலாறு, அந்தக் காலத்தில் அவர்கள் எதிர்கொண்ட சவால்கள், அதை எப்படிக் களைந்தார்கள் போன்ற வழிமுறைகள் இன்றைய நவீன சந்ததியினருக்கு முற்றிலும் புதிதாக இருக்கும். அவர்களுடைய மதிப்புகள், நெறிமுறைகள், சமயோஜித சமாளிப்புகள் என அனைத்து வரலாறுகளையும் இன்றைய இளம் தலைமுறை அறிவது அவசியம். நம் கலாசாரத்தையும் பண்பாட்டையும் கொண்டுசேர்ப்பதற்கான நல்ல வாய்ப்பு இந்த ஊரடங்கு நாட்கள்.

இன்றைய நவீன காலகட்டத்துக்கேற்ப எண்ணற்ற இயந்திரங்களை நாம் பயன்படுத்தி வருகிறோம். அதை நாம் பராமரிக்கும் விதத்தில் பழுதடைதல் என்பது தள்ளிப் போகும். அவ்வாறு பழுதடைந்து விட்டால் அடுத்து என்ன செய்வது என்று கூட இன்றைய தலைமுறையினருக்குப் புரிதல் இல்லை.

ஒரு மின்விளக்குக்குமிழைக் கழற்றி மாற்றக்கூட 20 வயது மகனுக்கோ மகளுக்கோ தெரியாமல் உள்ளது.

தையல் இயந்திரத்துக்கு எண்ணெய் விடுவது, புகைப் போக்கியின் (CHIMNEY) எண்ணெய்ப் பிசினை நீக்குவது, சலவை இயந்திரம் சேமித்து வைத்திருக்கும் அழுக்குத் திரவத்தைத் திறந்து சுத்தப்படுத்தி, அதனை நன்கு சுவாசிக்க வைப்பது, இயந்திரங்களில் கழலவிருக்கும் திருப்பாணிகளின் இருப்பிடங்களைக் கண்டறிந்து திருப்புலிகொண்டு கச்சிதமாக்குவது, ஈனஸ்வரத்தில் அழுது கொண்டிருக்கும் வாகனத்தைத் துடைத்து எண்ணெய் விட்டுப் பளபளப்பாக்குவது வரை வீடுகளில் வேலைகளுக்கா பஞ்சம்! இப்போதைக்கு முடியாது என நாம் ஒதுக்கி வைத்தவைகள் ஓராயிரம் இருக்குமே!

வீட்டில் புழங்கும் இதுபோன்ற சின்ன, பெரிய சடுகுடு பொறிகளை நம் கைவண்ணத்தால் அவைகளின் ஆயுள்பலத்தைக் கூட்டலாம். இயந்திரங்களைக் கையாளும்போது முன்னெச்சரிக்கை மட்டுமல்ல பெரியவர்களும் உடன் இருப்பது அவசியம்.

அன்றைய இளவட்டங்கள் அடிவிசைக்குழாய் (HAND PUMP) முதல் வானியல் வாங்கி (ANTENNA) வரை அக்கு அக்காய்ப் பிரித்து மீண்டும் இணைப்பார்கள். அந்தச் சாமார்த்தியம் இப்போதைய இளசுகளிடம் இல்லை.

சற்றே கோணலாகிப்போன குடையைத் தைப்பது முதல் இறுக்கமாக இருந்த சட்டையின் தையல் பிரிப்பது வரை இன்று நாம் செய்யும் முன்யோசனைச் செயல்கள் நாளை ஆபத்துக்குக் கைக்கொடுக்கும்.

அவ்வளவு ஏன்? மணப்பெண்ணைப் போல பார்த்து பார்த்து அலங்கரித்து நம் வீட்டைக் கூட வசந்த மாளிகையாய் ஜொலிக்க வைக்கலாம்.

அவரவரின் நேரம், வசதிக்கு ஏற்ப நாம் பணிகள் செய்தால் இந்த 21 நாட்கள் என்ன, இன்னும் இருமடங்கு நாட்களைக்கூட நாம் சமாளிக்கலாம். இப்படி ஆக்கப்பூர்வமாக உபயோகித்தால் எளிது எளிது சமூகச் சேய்மை எளிது என்பதை உணரலாம்.

நம்மால் நமக்கும் நம் குடும்பத்தினருக்கும் இத்தனை செயல்களைத் திருப்தியுடன் செய்ய முடிந்ததே என நம் எண்ணங்கள் அழகு பெறும்போது மனஅழுத்தம் என்னும் மண்ணாங்கட்டி எல்லாம் காததூரம் பறந்து போகும்!

சும்மா இருப்பதே சுகம் எனச் சுணங்கிக் கிடக்காமல் சுத்தம், சுகாதாரத்துடன் சுறுசுறுப்பாய் இருந்து முயற்சித்துப் பாருங்கள்! சமூகச் சேய்மைக்குக் கைக்கொடுத்ததோடு நாட்டுக்கும் சிறப்பாய்ப் பங்காற்றினோம் என்ற நிறைவு கிடைக்கும்.

* * *

தவமாய் தவமிருந்து

எந்தக் குழந்தையும் நல்ல குழந்தைதான் மண்ணில் பிறக்கையிலே. அது நல்லவனாவதும் தீயவனாவதும் அன்னை வளர்ப்பினிலே என்பார்கள். மாறிவரும் சமூகக் கட்டமைப்புக்கு ஏற்ப நம் பிள்ளைகளும் வளர்கிறார்கள். அவர்களை நாம் எவ்வாறு அணுகினால் சிறப்பாக இருக்கும்?

இன்னும் ஒரு மாதத்தில் முழு ஆண்டு பரீட்சைகள் வர இருக்கின்றன. 10 மற்றும் 12 ஆம் வகுப்பு மாணவ மாணவியரின் பெற்றோர்களுக்கு இப்பொழுதிலிருந்தே வயிற்றில் அமிலம் சுரக்கத் துவங்கியிருக்கும். நம் பிள்ளைகள் எந்தப் படிப்பைத் தேர்ந்தெடுக்கப் போகிறார்கள் என்ற பதட்டம் பிள்ளைகளைக் காட்டிலும் பெருவாரியான பெற்றோர்களுக்கு மிக அதிகமாகவே இருக்கிறது. இந்த நேரத்தில் ஏற்கெனவே ஒருவித பதட்டத்தில் உழலும் பிள்ளைகளைச் சரியாக வழி நடத்த வேண்டிய பொறுப்பை பெற்றோர் சரிவர கையாள வேண்டும்.

இதைத்தான் படிக்க வேண்டும், அதைத்தான் படிக்க வேண்டும், இந்தக் கல்லூரியில்தான் சேர வேண்டும், நான் படிக்க ஏங்கிய அந்தக் கல்லூரியில் தான் சேர வேண்டும் எனப் பிள்ளைகளை உருட்டி, மிரட்டி, பிரட்டி எடுப்போர் பெருகி வருகின்றனர். இந்த அதீத தலையிடுதலே பிள்ளைகளுக்கு வெறுப்பைத் தேடித் தரவும் வழிவகுக்கிறது.

இந்தியா முழுவதும் 4926 ஐஏஎஸ் அதிகாரிகளும் 3894 ஐபிஎஸ் அதிகாரிகளும்தான் உள்ளனர். அதுபோல தமிழ்நாட்டிலும் 378 ஐஏஎஸ் அதிகாரிகளும் 273 ஐபிஎஸ் அதிகாரிகளும் உள்ளனர். எத்தனையோ கோடி நபர்களில் சிலரால் மட்டுமே இப்படி உருமாற முடிகிறது. ஆனால், பெற்றோர், தங்கள் பிள்ளைகள் எல்லோரும் இத்தகைய அதிகாரிகள் ஆக வேண்டும் என்று பெருங்கனவு காண்கிறார்கள். இல்லையேல் இவர்களுக்குக் கானல் நீராகிப் படிக்க முடியாமல் போன படிப்பைப் படிக்கவைக்க தேய்ந்து போகிறார்கள். பெற்றோர்கள், தங்கள் பார்வைகளை விசாலமாக்க வேண்டிய நேரம் இது. தன் முனைப்போடு ஈடுபட்டால் எந்தப் படிப்பிலும் ஜொலிக்க முடியும். எந்தப் படிப்பும் இன்றைய தேதியில் தாழ்வு இல்லை.

மருத்துவம் படித்துவிட்டு மாதம் சொற்ப சம்பளத்துக்கு வேலை செய்வோரும் உண்டு. ஓரிரு பட்டங்கள் பெற்று விட்டு தன் திறனால் லட்சங்களை மாதச் சம்பளமாக பெறுவோரும் உண்டு. தனித்திறனும் தன்னார்வ முயற்சியும் மிக மிக அவசியம். பெற்றோர் ஆகிய நாம் இந்த உணர்வைத்தான் அவர்களுக்கு ஊட்ட வேண்டும். ஒரு வழிகாட்டியாக இருந்து உதவ வேண்டும்.

ராபர்ட் ப்ராஸ்ட் எனும் அமெரிக்கக் கவிஞர் எழுதிய ‘THE ROAD NOT TAKEN’ என்ற அருமையான கவிதைதான் நினைவுக்கு வருகிறது.

‘Two roads diverged in a yellow wood,
And sorry I could not travel both
And be one traveler long I stood
And looked down one as far as I could....

எனத் துவங்கும் அந்த பாடலின் 20 வரிகளில் வாழ்க்கையின் மிகப்பெரிய தத்துவங்களைப் போகிற போக்கில் மிக எளிமையாக புகுத்தியிருப்பார் கவிஞர்.

காட்டு வழியில் செல்லும் போது எதிர்பட்ட இரண்டு வழிகளிலிருந்து தொடங்குகிறது கவிதை. இவ்விரு பாதைகளுள் ஒன்றைத் தேர்ந்தெடுக்க வேண்டும். ஒரு பாதை மனிதர்கள் அதிகம் பயணித்திருக்கும் பாதை. குறைந்த அளவு மனிதர்களே மற்றொரு பாதையைத் தேர்ந்தெடுத்திருக்கிறார்கள் என்பது

அந்தப் பாதையின் வழித்தடங்களிலேயே தெரிகிறது. இரு பாதைகளும் அவரைக் கவர்ந்தன. ஆனால், எந்தப் பாதையைத் தேர்வு செய்வது என்ற பெருங்குழப்பம். வாழ்க்கையில் ஏதேனும் ஒருகட்டத்தில் இப்படி முடிவெடுக்க வேண்டி வரலாம். இரண்டு பாதைகளும் சிறந்த பாதைகளே. இரண்டுமே ஒரு இடத்தை அடைய உதவும். அது எந்த இடம் என்பது வாழ்க்கையின் ரகசியம். ஒரு பாதையைத் தேர்ந்தெடுத்து முன்னேறிவிட்டால் பிறகு பின்வாங்கக் கூடாது. கவிஞர் தேர்ந்தெடுத்த பாதையில் நிறைய புதர்கள் மண்டிக் கிடந்தன. அது அதிக நபர்கள் தேர்ந்தெடுக்காத பாதை. அதைத் தேர்ந்தெடுத்ததனால் அதன் சாதக பாதகங்களுக்கு நாமே பொறுப்பேற்க வேண்டும். இடையில் மனம் மாறினால் சில நேரங்களில் திரும்பி வரவும் முடியாது. அப்படியே வந்தாலும் அது பொருளற்றதாகிவிடும் எனச் சொல்லும் அவர் இறுதியாக எதிர்காலத்தில் ஒரு விஷயம் சொல்வேன். இறந்த காலத்தில் நான் எடுத்த முடிவு சரியே என முடிக்கிறார்.

இதுபோன்றே பிள்ளைகளுக்குப் பெற்றோர்கள் ஒரு வழிகாட்டியாக இருந்து இந்தப் பாதையில் சென்றால் இப்படிப்பட்ட இடர்பாடுகள் வரும். அந்த வழியில் சென்றால் உலகத்தை இவ்வாறாக எதிர்கொள்ள வேண்டியிருக்கும் என்ற சூட்சுமத்தை விளக்கிச் சொல்லலாம். எடுக்கும் சில முடிவுகள் துரதிர்ஷ்டவசமாகப் பிசகினாலும் தவறுகளில் இருந்து அவர்கள் பாடம் கற்றுக்கொள்வார்கள். அப்படிப் பாடம் கற்றுக் கொண்டு வந்தவர்கள்தான் நாம்.

பெற்றோரின் வற்புறுத்தலால் ஒரு படிப்பில் சென்று சேர்ந்து விட்ட மாணாக்கர்கள், பின் அது பிடிக்காதுபோய் காலம் கடந்த காரணத்தால் வெளியேறவும் முடியாமல் படிப்பிலும் மனம் ஒன்றிப் படிக்க முடியாமலும் அல்லல்படுகின்றனர். இந்தத் தன்மை இன்று பல இல்லங்களில் பெருகி வருகிறது. தான் படிக்க ஆசைப்பட்டதை எல்லாம் தன் பிள்ளைகள் மீது திணிப்பது எந்த வகையில் நியாயம்?

அவர்களுக்கு என்று ஒரு கனவு இருக்கும், ஒரு லட்சியம் இருக்கும். அதைக் காது கொடுத்துக் கேட்டுப் பார்த்துவிட்டு பிறகு நம் கனவுகளைப் பற்றி யோசிக்கலாம். பிள்ளைகளுக்கு மேலும் மேலும் அழுத்தம் கொடுப்பதால் அவர்கள் மன

அழுத்தத்துக்கு ஆளாவார்கள். இது அவர்களின் மனநலனைப் பாதிக்கும். மிகச் சிறிய வயதிலேயே அவர்கள் மனஅழுத்தம் நீங்க மாத்திரை எடுக்கிறார்கள். பள்ளி செல்லும் பிள்ளைகள்கூட மனநல மருத்துவரிடம் காத்திருக்கிறார்கள்.

இந்தச் சமூகம் அந்த நிலைக்கு அவர்களை இட்டுச் சென்றது என்றாலும் அதை இன்னும் அதிகப்படுத்தாமல் அவர்களைப் பொறுப்புடன் ஆறுதல்படுத்தச் செய்வதில் பெற்றோருக்குப் பெரும்பங்கு உண்டு. தோழி ஒருத்தியின் தம்பி, இப்படித்தான்... தன் தந்தை கூற்றின் பொருட்டு தன் மனதுக்குப் பிடிக்காத துறையைத் தேர்ந்தெடுத்துப் படித்துவிட்டுப் பின் அது ஏற்படுத்திய மனவாட்டத்தில் பிற்காலத்தில் 'உன்னாலேயே என் வாழ்க்கை இப்படி ஆகிவிட்டது!' என்று தன் தந்தையை எதற்கெடுத்தாலும் காரணமே இல்லாமல் வார்த்தைகளால் வறுத்தெடுக்கத் துவங்கிவிட்டான்.

'பிள்ளை அழ அழ
பள்ளி விடுதிக்குள்
தள்ளி விட்டு வந்தேன்.
மனது வலிக்க வலிக்க
முதியோர் இல்லத்துள்
கொண்டு வந்து சேர்த்தான்.
அவனைச் சொல்லி குற்றமில்லை!'

என்ற வரிகள், பிள்ளை வளர்ப்புக் குறித்து நமக்கு ஏராளமானவற்றை உணர்த்துகிறது!

பிள்ளைகள் நம் வழியே இந்தப் பூமிக்கு வந்தவர்கள். நம்முடைய அடிமைகள் அல்ல. பலதரப்பட்ட தகவல்களை அவர்களுக்காக திரட்டித் தாருங்கள். பல்வேறு நபர்களின் ஆலோசனைகளைத் தேவைப்படின் வழங்குங்கள். ஆனால், பூட்டைத் திறக்கும் சாவியை மட்டும் அவர்களிடமே கொடுத்துவிடுங்கள். அவர்களே திறக்கட்டும். உலக வெளிக்குள் தனித்து நுழைய நுழைய இன்னும் எண்ணற்ற அனுபவங்களைப் பெற்றுக் கொள்வார்கள்.

ஒருபுறம் இப்படி அதிகப்படியான பராமரிப்பு என்ற பெயரில் நிர்ப்பந்திப்பது என்றால் மற்றொருபுறம் பிள்ளைகள் என்ன படிக்கிறார்கள், அடுத்து அவர்களை எங்கு சேர்ப்பது,

நம்முடைய பங்களிப்பு என்ன? என்று கொஞ்சம் கூட மெனக்கெடாத பெற்றோர்களும் இருக்கிறார்கள். கடந்த 7 ஆண்டுகளில் இப்படி எண்ணற்ற பெற்றோர்களையும் கண்டு வருகிறேன்.

தன் பிள்ளைகள் குறித்து எந்தக் கனவையும் அவர்கள் காண்பதில்லை என்பதோடு எந்தவொரு கவலையும் அவர்களுக்கு இல்லை. மரத்தை வைத்தவன் தண்ணீர் ஊற்றுவான் என்ற மனோபாவத்திலேயே காலம் தள்ளுகிறார்கள். இதனால் அந்தக் குழந்தைகள் தத்தளித்துத் தவித்து மேலே எழும்பி வருவதற்குள முடங்கிப் போகிறார்கள். அதீத தலையீடுகளும் அதிக பொறுப்பின்மையும் மாணவச் செல்வங்களின் வாழ்க்கையில் விளையாடி விடுவது வேதனை.

தவமாய் தவமிருந்து பெற்றெடுக்கும் பிள்ளைகளைப் பெற்றோர்கள் சரியாய் வழி நடத்தினாலே போதும். அதில் தவறுகள் நேறும் பட்சத்தில் வெளிஉலகின் வேஷத்தை எண்ணி இளம்வயதில் பெரிதும் ஏமாறுகிறார்கள்.

வாழ்க்கையில் எதை அடைய விரும்பினாலும் மிகச் சிறந்த செயல்பாட்டைக் காட்டவேண்டும் என்பதை மட்டும் அவர்களின் மனதில் பதிய வையுங்கள். சச்சின் டெண்டுல்கரின் தந்தை ஒரு பேராசிரியர். ஆனாலும் தன் மகனின் கிரிக்கெட் ஆர்வத்தைக் கண்டு அவர் போக்கிலேயே செல்ல அனுமதித்தார். பிள்ளைகளுக்கு ஒரு பாதுகாப்பு வளையமாக பெற்றோர் இருக்க வேண்டும். எப்போதும் அவர்களை உற்சாகப்படுத்துவோம். ‘உன்னால் அதிசயத்தை நிகழ்த்த முடியும்’ என்ற மந்திரத்தை மனதில் பதியச் செய்வோம். மதிப்பெண் குறைந்தாலோ தோல்வியுற்றாலோ கடிந்து கொள்ளாமல் அரவணைத்து ஆறுதல்படுத்துவோம். பெற்றோரின் அரவணைப்பு மட்டும் இருந்துவிட்டால் ஏழு கடல், ஏழு மலை தாண்டி வெல்லக் கூடிய வல்லமை பிறக்கும்.

* * *

அரிது! அரிது!
பெண்ணே அறிக!

மின்னல்போல் ஒளிரும் இயல்புடையவள் பெண். அதனாலேயே 'மங்கையராய் பிறப்பதற்கே நல்ல மாதவம் செய்திடல் வேண்டுமம்மா' என்றார் கவிமணி. ஒவ்வொரு ஆண்டும் மகளிர் தினம் வருகிறது. பெண்ணியம் சார்ந்து பலரும் பல கருத்துக்களை முன்வைக்கிறார்கள். முன்பு சமூகத்தில் பெண்ணடிமை புரையோடிப் போயிருந்தது. அதனால் பெண்ணியம் பற்றி அதிகமாக பேச வேண்டி இருந்தது. இன்று பெண்ணை அடிமையாக பார்த்த சமூகம் பரவலாக மாறி வருகிறது. அதனாலேயே நாம் குடும்பத்தைப் பற்றி அதிகம் பேச வேண்டி உள்ளது.

ஒரு ஆண் தனக்கு வரும் மனைவியை இணையாகத்தான் பார்க்கிறானே ஒழிய அடிமையாக பார்ப்பதில்லை. அடிமையாக பார்த்த அந்த பழைய காலம் மலையேறிவிட்டது. வீட்டில் விளக்கேற்ற ஒரு பெண் வேண்டும் என்ற சொல்லிலேயே குடும்பம் சார்ந்து பெண்ணுக்கான முக்கியத்துவத்தை நாம் உணர முடியும். குடும்பத்தினரிடையே நல்ல புரிதல் இருந்தால் அங்கு பிரிதலுக்கே வாய்ப்பில்லை. நம் கலாசாரத்தைப் பிரதிபலிக்கும் குடும்ப அமைப்புக்கு வலுசேர்க்க வேண்டிய கட்டாயத்தில் நாம் இருக்கிறோம்.

உத்தியோகம் புருஷ லட்சணம் என்பார்கள். 'பட்டங்கள் ஆள்வதும் சட்டங்கள் செய்வதும் பாரினில் பெண்கள் நடத்த வந்தோம்' எனும் கூற்றுக்கு ஏற்ப பாரதியின் அந்தப் புருஷ லட்சணத்தையும் பெண்கள் சிறப்பாக கையாள்கிறார்கள். குடும்பத்தைத் திறம்பட நிர்வகிக்கும் பொறுப்பும் இயல்பாகவே பெண்களுக்குக் கைவந்த கலை. ஆக 'பெண்மை' க்கு 'பன்முகத்தன்மை' என்றும் பொருள் கொள்ளலாம். இந்தப் பன்முகத்தன்மையைப் பிரதிபலிக்கும் வண்ணம் அது சார்ந்து அனைத்துப் பணிகளையும் ஒருசேர பார்க்க வேண்டியிருந்தாலும் சுமையாக கருதாமல் மகிழ்வுடன் செய்வது சாலச் சிறந்தது. இதன்மூலம் தேவையற்ற மன உளைச்சலிலிருந்து தப்பிக்கலாம்.

'வேலைக்கும் போய் வந்து... வீட்டு வேலைகளையும் செய்து முடித்து... குழந்தைகளையும் கவனித்துக் கொண்டு...' என அவ்வப்போது மனதில் ஊறும் சலிப்புகளைத் தூர எறிந்தாலே போதும். நமக்கான பொறுப்பு, நம் கடமை, நம் கலாசாரம் என்று முன்னெடுத்து செய்யும்போது மிகப்பெரிய ஆத்மதிருப்தி கிடைக்கும். அதைவிடுத்து எடுத்ததுக்கெல்லாம் ஆணும் பெண்ணும் சமம். நீ பாதி நாம் பாதி என சட்டம் பேசினால் குடும்ப அமைப்பு காணாமல் போய்விடும் அல்லது மகிழ்வான வாழ்வாக அது இராது.

உலகில் ஆண் இல்லாமல் பெண்ணால் வாழ முடியாது. அதுபோல பெண் இல்லாமலும் ஆணால் வாழ முடியாது. இருவருக்கும் இந்த அடிப்படைபுரிதல் இருந்தால் சலிப்புகளுக்கோ வெறுப்புகளுக்கோ வாய்ப்பில்லை. ஆனால், அந்தப் புரிதல் உடனேயே சாத்தியமாகிவிடுமா என்ன? சில பல விட்டுக் கொடுத்தல்கள் நிகழ்ந்த பின்பே மனமாற்றம் போன்ற மாயங்கள் நிகழும். அந்த அற்புதமான தருணத்துக்காக சில தியாகங்களைச் செய்வதில் தவறொன்றுமில்லை.

என்னுடைய தளம் வேறு, சமுதாய நிலை வேறு எனச் சொல்லி, வீட்டுப் பெரியவர்களை மதிக்காத சூழல்கள் பெருகி வருவதை பெண்ணியம் என்று சொல்ல முடியுமா? 'மாமியார் பிடிக்கலையா... தனிக்குடித்தனம் போ' என்று அறிவுரை சொல்வதே காதுகளில் விழுகிறது. 'அவரிடம் அன்பொழுக பேசி அவரை உன்வசப்படுத்து!' என ஏன் பலர் சொல்வதில்லை? மாமியார் – மருமகள் சண்டைகளையே

பிரதானப்படுத்தும் நீள் தொடர்கள் எப்போதும் அவர்களை எலியும் பூனையுமாகவே காட்சிப்படுத்துகின்றன. இந்த நிலை எப்போது மாறும்? உண்மையில் பரவலாக நல்ல மாற்றங்கள் ஏற்பட்டுக் கொண்டு தான் இருக்கின்றன. மாமியாரை அன்னையாகவே நினைத்து 'அம்மா' என்று அழைக்கும் எத்தனையோ மருமகள்களை எனக்குத் தெரியும். உண்மையில் அவர்கள்தான் உள்ளம் நிறைந்த உற்சாகத்துடன் மகிழ்ச்சியாக வாழ்ந்து நிறைகிறார்கள். இப்படிப்பட்ட பெண்களுக்கே தகப்பனாக, சகோதரனாக, கணவனாக ஆண்கள் பெரும் ஆதரவளிக்கிறார்கள். அவர்களுக்குப் பக்கபலமாக கிரியா ஊக்கியாக இருந்து செயல்படுகிறார்கள்.

பொதுவாக சில இடங்களில், ஏகப்பட்ட கட்டுப்பாடுகளை விதிப்பதால் ஒரு பதின்பருவ பெண் தன்னுடைய முதல் எதிரியாக தன் தாயையே எண்ணுகிறாள். பின் தனக்குத் திருமணமாகி ஒரு குழந்தை பெற்றுவிட்டால் அந்தத் தாய்தான் அவளின் முதல் ஆத்ம தோழியாகிவிடுகிறாள். இதுபோன்ற முரண்களும் பிணைப்புகளும் எல்லா உறவுகளுக்கும் அவ்வப்போது ஏற்படும்.

சில மாதங்களுக்கு முன் நடந்துமுடிந்த உள்ளாட்சி தேர்தலில் எண்ணற்ற பெண்கள் உள்ளாட்சி பிரதிநிதிகளாக தேர்வு செய்யப்பட்டார்கள். இது ஆரோக்கியமான விஷயம். ஆணை விட சிறப்பாக குடும்பத்தை நிர்வகிப்பாள் பெண். இப்படிப் பல குடும்பங்களை உள்ளடக்கியதுதான் உள்ளாட்சி நிர்வாகம். ஒரு சாக்கடை அடைத்துக் கொண்டால் என்னென்ன பாதிப்புகள் நேரும் என்பதை ஆணைக் காட்டிலும் பெண்ணால் இன்னும் அதிவேகமாகவே உணர முடியும். ஒரு குடும்பத்தின் ஒவ்வொரு நாளைய தண்ணீர் தேவை முதற்கொண்டு அவர்களுக்கு அத்துப்படி. அதனால் அவர்களால் உள்ளாட்சி பிரதிநிதிகளாக சிறப்பாக சேவை செய்ய முடியும். செய்து கொண்டும் வருகிறார்கள். சிற்சில இடங்களில் மட்டும் பஞ்சாயத்துத் தலைவராக தேர்ந்தெடுக்கப்பட்ட தம் மனைவியை பணி செய்யவிடாமல் அவரது கணவர்களே முழுதும் ஆக்ரமித்திருப்பார்கள். சில இடங்களில் பெண்ணுமே தன் ஆற்றலை முழுமையாக புரிந்து கொள்ளாதவளாய் இருக்கிறாள். பெண்கள் தலைமைப் பொறுப்புக்கு அதிகளவில் வர வேண்டும். நிச்சயமாக அவர்களால் சிறப்பாக பணி செய்ய இயலும்.

பெண்கள் இன்று ஆட்டோ மட்டுமல்ல மெட்ரோ ரயிலும் ஓட்டுகிறார்கள். ஆலைகளை, அலுவலகங்களை நிர்வகிக்கிறார்கள். ஏன் சுடுகாட்டில் பிணம் எரிக்கும் தொழிலையும் விட்டுவைக்கவில்லை. குப்பைகளைக் களையும் சுகாதார பணியாளராகவும் பெண்கள் இருக்கிறார்கள். அன்னை தெரசா, இந்திரா காந்தி, ராணி மங்கம்மா, சரோஜினி நாயுடு போன்றவர்களைத்தான் இப்படியான பெண்கள் முன்மாதிரியாக எடுத்துக்கொள்ள வேண்டும் என்ற தேவை இல்லை.

ஒவ்வொரு பெண்ணுமே தனித்தன்மை பெற்றவள். அவளுக்கு அவளுடைய குணநலன்களே பிரதானம். 'அவரைப் பார், இவரைப் பார்' என முன்மாதிரி பெண்களையே அவர்களிடம் அடையாளப்படுத்தி கசக்கிப் பிழியாமல் அவளுடைய சிறப்பான குணநலன்களையே பெருமைப்படுத்தி வாழ்வில் மகிழ்வை தூவலாம். பெண்களின் அந்தப் பன்முகத்தன்மையுடன் முழு ஈடுபாடு கொண்டு முயன்றால், அவர்களே வெற்றி அடைந்தவர்கள். அவர்களுக்குத் தனியே 'ரோல் மாடல்' என்ற பிறரது பிம்பம் தேவையில்லை.

பெண்களே வீட்டின் கண்கள். அந்தக் கண்களிலிருந்து கண்ணீர் வராமல் இருக்க பெண்கள் ஆரோக்யத்தை கண்ணும் கருத்துமாக பாதுகாத்தல் அவசியம். பெண்ணுக்கு உடல் நலம் சார்ந்த தொந்தரவுகள் இயல்பாகவே அதிகம். அதை சமாளிப்பது மிகப்பெரிய சவால். தங்கள் குடும்பத்தைப் பேணுவது போல் தகுந்த உடற்பயிற்சி செய்து தத்தம் உடல் நலத்தையும் பராமரிக்க வேண்டும். பெண்ணைப் பாதுகாப்பதற்கே ஆணை அதிக வலிமையுடன் இறைவன் படைத்துள்ளான் என 'நிமிர்ந்து நில்' படத்தில் ஒரு வசனம் வரும். அது உண்மையும்கூட.

சிறப்பான பெண் குறித்துக் 'குடும்ப விளக்கிலும்' நெறிமுறை அறியாத தலைவி குறித்து 'இருண்ட வீட்டிலும்' பாடியுள்ளார் பாவேந்தர் பாரதிதாசன்.

'இந்நாளில் பெண்கட்கு எல்லாம்
ஏற்பட்ட பணியை நன்கு
பொன்னேபோல் ஒருகை யாலும்
விடுதலை பூணும் செய்கை
இன்னொரு மலர்க்கை யாலும்

இயற்றுக! கல்வி இல்லா
மின்னாளை வாழ்வில் என்றும்
மின்னாள் என்றே உரைப்பேன்!'

'இன்று பெண்களுக்கென உள்ள வேலைகளையும் அவர்களின் விடுதலைக்கான செயலையும் பெண்கள் இனிதே செய்தல் வேண்டும். ஆனால், கல்வியறிவு இல்லாத பெண் தன் வாழ்வில் என்றும் ஒளிரமாட்டாள் என்றே நான் சொல்வேன்' என்று பெண்களுக்கான அனைத்துக் கடமைகளையும் மகிழ்வுடன் ஏற்றுக் கொள்ளுமாறு தம் 'குடும்ப விளக்கில்' விளக்கிக் கூறுகிறார் பாவேந்தர் பாரதிதாசன்.

'காத லொருவனைக் கைப்பிடித்தே அவன்
காரியம் யாவினும் கைகொடுத்து'

என்று ஆண் – பெண் இணைந்து வாழ்தல் குறித்து அற்புதமாக கவிபுனைந்துள்ளார் மகாகவி பாரதியார்.

ஏனெனில் ஆணோ பெண்ணோ யாரும் தனிமரம் கிடையாது. ஆணின் மறிநிலை(–) பெண்ணின் கூட்டல் நிலையுடன்(+) இணையும் போதே சமம் பெரும். அதைப் போலவே பெண்ணின் மறிநிலை ஆணின் கூட்டல் நிலையுடன் இணையும் போதே முழுமை பெறும். அதைப் போன்ற அமைப்பு கொண்டே இறைவன் நம்மைப் படைத்துள்ளதாக எண்ணுகிறேன்.

அதனால் ஆண் பெரியவனா பெண் பெரியவளா? என்ற விவாதங்களை எல்லாம் இந்த மகளிர் தினத்தில் தூக்கி எறிந்து விட்டு ஆணும் பெண்ணும் நல்ல புரிதலுடன் இணைந்து உற்சாகமாக வாழும் வழிகளைக் காண்போம். அதையே நம் வாழ்வியல் நெறியாக கடைபிடிப்போம்.

அரிது அரிது மானிடராய் பிறத்தல் அரிது. அதனினும் அரிது பெண்ணாய் பிறத்தல்.

* * *

நில்... கவனி... இணையம்!

இன்றைய தொழில்நுட்பத்தின் அபரிமித வளர்ச்சி, நமது தகவல் பரிமாற்றங்களை மிக மிக சுலபமாக்கிவிட்டது. நவீன உலகம் நம் கையடக்கக் கருவிக்குள் உலகையே சுருக்கிக் கொடுத்துவிட்டது எனலாம். புகைப்படம், காணொலி உள்ளிட்ட மின்னணு ஆவணங்களை அதிவிரைவாக பிறருக்குப் பரிமாற இயலுகிறது. ஒருவருடன் ஒருவர் உரையாடிக் கொள்ள மட்டுமே என்றிருந்த நிலை மாறி இன்று அலைபேசி பல அவதாரங்களை எடுத்து விஸ்வரூபமாக காட்சி அளிக்கிறது.

கணினி அல்லது இணையம் தொடர்பான, மின்வெளி தாக்குதல்கள் அதிகரித்துள்ள நிலையில் அவற்றை எதிர்கொள்ளும் வகையில் தகவல் பாதுகாப்பு விழிப்புணர்வும் நமக்கு மிக அவசியம். அந்த வகையில் தேசிய இணைய பாதுகாப்பு விழிப்புணர்வு மாதமாக இந்த அக்டோபர் மாதத்தை அறிவித்துள்ளது நம் இந்திய அரசு. நாளொரு மேனியும் பொழுதொரு வண்ணமுமாக புதுப்புது செயலிகளின் வரவினால் இணைய பயன்பாட்டில் விழிப்புணர்வுடன் இயங்க வேண்டிய காலமிது.

கொரோனாவுக்குப் பிறகு முனைவர் பட்ட வாய்மொழித் தேர்வுகள்கூட இன்று செயலி வழியிலேயே நடைபெற்றுக் கொண்டிருக்கிறது. எண்ணற்ற கருத்தரங்கங்கள், நூல் வெளியீடுகள், விமர்சனங்கள், பட்டிமன்றங்கள், கவியரங்கங்கள்

எனப் பெருவாரியான நிகழ்ச்சிகள் இன்று அப்படியே நேரலையில் செயலி வழியாக நடைபெறுகிறது. அடையாள எண் மற்றும் கடவுச்சொல் அடங்கிய தகவலையும் நாம் உடன் பெறுகிறோம். உலகின் வெவ்வேறு மூலைகளிலிருந்தும் இது போன்ற நிகழ்ச்சிகளில் கலந்துகொள்கின்றனர். இப்படி மின்னஞ்சல் மற்றும் புலனம் வழியாகப் பகிரப்படும் வலை இணைப்பை நாம் தொட்டால் போதும். நம்மை அது அந்தத் தளத்துக்குக் கடத்திக்கொண்டு சென்றுவிடும். இது மிகச் சுலபமாக இருப்பதால் அனைவரும் இதையே பின்பற்றுகிறோம். நம்முடைய அலைபேசியாகவே இருந்தாலும் மின்னஞ்சல் சேவைகள் எப்போதும் அதில் திறந்த நிலையிலேயே இருக்கின்றன. ஒரு சில போலி இணைப்புகள் நம்மை முறையான தளம் போல தோற்றமளிக்கும் ஒரு மோசடி தளத்துக்கு அழைத்துச் செல்லக் கூடும். அதனால் இணைப்பு எண்ணையும் கடவுச்சொல்லையும் தனியே முகவரிபட்டியலில் தட்டச்சு செய்து பிரதான வலைதளத்துக்குச் செல்வதுதான் பாதுகாப்பானது.

இன்று எண்ணற்றவர்கள் தங்கள் சிந்தனைகளைப் படைப்பாக்கிச் சமூகவலைதளங்களில் பதிவிடுகின்றனர். குறிப்பாக வலைப்பதிவு எழுதுபவர்கள் தங்களது கட்டுரைகளை இணையத்தில் பதிவு செய்கின்றனர். இந்தக் கட்டுரைகளுக்குக் காப்புரிமை பெறாதபட்சத்தில் எவரேனும் இத்தகவல்களைத் திருடி விற்று பணம் பார்க்க வாய்ப்புள்ளது. கட்டுரைகளை இணையத்தில் பதிவிடுவதற்கு முன்பாகக் காப்புரிமை பெறுவது நல்லது.

இந்தியாவில் இணையம் சார்ந்த குற்றங்களில் அதிகம் பாதிக்கப்படுவது பெண்களே. இத்தகைய குற்றங்கள் எவருக்கு வேண்டுமானாலும் நடக்கலாம். கணினியைப் பயன்படுத்தும் பல பெண்கள் வலை இணைப்பைப் பயன்படுத்துவது பற்றி முழுமையாக அறிந்திருப்பதில்லை. எத்தனையோ கோடிக்கணக்கான மக்கள் அன்றாடம் இணையத்தைப் பயன்படுத்துகிறார்கள். இதில் நாம் தேடுவதையெல்லாம் யார் வந்து பார்த்துக்கொண்டிருக்கப் போகிறார்கள் என்று பெருவாரியான பெண்கள் எண்ணுகிறார்கள். அதோடு மிகப்பெரிய உயர்பதவிகள் வகிப்பவர்கள்தான் இதைப்பற்றி அதிகம் கவலைப்படவேண்டும் என்றும் கருதுகிறார்கள். இது முற்றிலும் தவறான எண்ணம்.

எப்படிச் சாலையில் செல்லும்போது நாம் போக்குவரத்தைப் பார்த்துக் கவனித்துப் பொறுப்புடன் செல்கிறோமோ அதுபோலவே இணையவெளியைப் பயன்படுத்தும்போது மிக மிக கவனத்துடன் பயணம் செய்ய வேண்டும். அப்போதுதான் பாதிப்புகளில் இருந்து தப்ப முடியும்.

என் உறவினர் பெண் வெளியிடங்களுக்குச் செல்ல சர்வசாதாரணமாக வாடகை வண்டி பயன்படுத்துவார். இதற்காகச் சில செயலிகளைப் பயன்படுத்த நமது பெயர், பேசி எண், மற்றும் மின்னஞ்சல் முகவரிகளைக் கொடுக்க வேண்டியுள்ளது. அதுமட்டுமல்ல நாம் வண்டி பதிவு செய்யும்போது வாடகை ஓட்டுனருக்கு நமது அலைபேசி எண் பகிரப்படுகிறது. ஒரு சமயம் இதனால் அந்த பெண்ணிற்கு ஓட்டுநர் மூலமாகப் பிரச்னை வந்தது. இப்படிப்பட்ட பிரச்னைகளைச் சமாளிக்க பெண்கள் இணைய பயன்பாட்டுக்கெனத் தனி பேசி எண்ணும் தனிப்பட்ட அழைப்புகளுக்காகத் தனி பேசி எண்ணும் கையாள்வது உத்தமம். இதன் மூலம் தேவையற்ற சங்கடங்களைத் தவிர்க்கலாம்.

வாழ்வியல் மாற்றம் காரணமாக இன்று பெரும்பாலான திருமணங்கள் இணைய திருமண தகவல் தளங்கள் மூலம் நடைபெறுகின்றன. இதிலும் ஏகப்பட்ட மோசடிகள் நடைபெறுவதாக வாடிக்கையாளர்கள் புலம்புகிறார்கள். பொய்யான புகைப்படங்களையும் சம்பள விவரங்களையுமே பெரும்பாலானோர் பதிவிடுகின்றனர். இத்தளங்களில் பதிவு செய்தால் நம் அனைத்துத் தகவல்களும் பொதுவெளியில் பரிமாறப்படுகிறது. இந்தத் தகவல்கள் உண்மைதானா என உறுதிபடுத்திக் கொள்வது சாலச்சிறந்தது. சமீபத்தில் பிரபலமான ஒரு கேரள நடிகையைப் போலி நபர்கள் ஏமாற்றிக் கொரோனா காலத்தில் நிச்சயதார்த்தமும் நடந்து முடிந்துவிட்டது. பின் தெய்வாதீனமாக அந்தப் போலி கும்பலின் முகமூடி கிழிந்ததால் திருமணத்துக்கு முன் சுதாரித்துக் கொண்டார். பெரும் பாதிப்பிலிருந்து தான் மீண்டதாகப் பத்திரிகைகளில் அவர் பேட்டி அளித்திருந்தார்.

இது போலவே போலியான எடைகுறைப்பு மற்றும் அழகுக் குறிப்பு முன்பதிவு செய்யும் செயலிகள் பெண்களைக் குறி வைத்துக் கவர்ச்சிகரமான இலவச சலுகைகளை வாரி வழங்குகின்றன. பயணம் மற்றும் விடுதிகள் முன்பதிவு செயலிகளோ அதிரடியான

தள்ளுபடிகளை அறிவித்து தங்களின் செயலிகளைப் பதிவிறக்கம் செய்யவும் பதியவும் தூண்டுகின்றனர். நன்கு படித்த பல மேல்தட்டுப் பெண்களே இப்படிப் பதிவு செய்து தம் பணத்தை இழந்துள்ளனர் என்பதுதான் அதிர்ச்சிகரமான செய்தி.

பணப் பரிமாற்றத்துக்கு முன்பாக அது சார்ந்த விவரங்களை அந்தந்த வலைதளங்களில் சரிபார்த்து உறுதிபடுத்திக்கொள்வது அவசியம். வீட்டிலிருந்தே வேலை பார்க்கும் வாய்ப்புகள் சார்ந்த ஊழல்கள் பெரும்பாலும் இல்லத்தரசிகளைக் குறிவைத்தே நடக்கின்றன. என் தோழி ஒருவர் வேலை வாய்ப்புத் தளங்களில் பதிவு செய்திருந்தாள். இந்தத் தகவல்களைத் திருடிய ஒரு நபர் அவளுக்குத் தகுந்த வேலைவாய்ப்பை வழங்குவதாகப் பேசி நம்பவைத்து முன்பணம் பெற்றார். அவளும் நம்பி அவர்களுக்கான பணியைச் செய்து கொடுத்தாள். ஒரு மாதம் மட்டுமே ஊதியம் வழங்கிய நிலையில் அடுத்த ஆறு மாதங்களுக்கு மொத்தமாகத் தருகிறேன் என வேலை வாங்கிக் கொண்டு இறுதியில் பணம் கொடுக்காமல் அனைத்தையும் துண்டித்துக் கொண்டனர். இப்படி நம் தகவல்களும் உழைப்பும் சுரண்டப்பட்டுவிட்டதே என்ற அதிர்ச்சி பல பெண்களுக்கு மன அழுத்தத்தை ஏற்படுத்திவிடுகிறது.

நம் வீடுகளில், 'என் பொண்ணுக்குக் கூட்டுப் பிடிக்கும், தயிருன்னா உயிரு' என ஒரு தாய் தன் மகளின் அனைத்து விருப்பு வெறுப்புகளையும் தெரிந்து வைத்திருப்பாள். இந்தப் புரிதலில் ஒரு பெருமையுண்டு. ஆனால், இதைப்போன்றே இணையத்தில் நாம் எதைத் தேடுகிறோம், எதெதில் நம் விருப்பம் அதிகம் என்பதை நமக்கே தெரியாமல் வேறொருவர் அறிந்து வைத்திருந்தால் அவரை நாம் வேவுபார்ப்பவர் என்று சொல்வோம். இப்படிப்பட்ட வேலைகளை இணையத்தில் கச்சிதமாக செய்வது 'குக்கீஸ்'.

உதாரணமாக நாம் ஒரு திரைப்பட வலைத்தளத்தைப் பார்வையிடும்போது நமக்கு அடிதடி படங்களைக் கண்டுகளிக்க ஆர்வம் இருப்பதாகச் சுட்டிக்காட்டினால் இந்த 'குக்கீகள்' நம்முடைய விருப்பத்தை நினைவில் கொண்டு அடுத்த முறை அந்த வலைத்தளத்தைப் பார்வையிடும்போது அடிதடி படங்களை வரிசையாகக் காண்பிக்கும். நமக்குப் பிடித்தமானவர்கள் இப்படிச் செய்தால் உண்மையில் உள்ளம் மகிழ்வோம். ஆனால், நமக்காகச் சேவை புரியும் இந்தக் குக்கீஸ்களை ரசிக்கவா முடியும்? இணைய

பிரவுஸர்களில் உள் நுழைந்து இதை நம்மிடமிருந்து சற்று விலக்கி வைத்துக்கொள்ள வேண்டும். இணைய பாதுகாப்பை உறுதிபடுத்துவதில், ப்ரவுஸர் பாதுகாப்புதான் முதல் படி. நாம் மட்டுமே பயன்படுத்தக்கூடிய கணினியாக இருந்தால், இதனால் பிரச்னைகள் ஏதுமில்லை. ஆனால், வேலைபார்க்கும் இடம், இணைய சேவை மையங்கள் உள்ளிட்ட பொதுவிடங்களில் பயன்படுத்தும்போது நிச்சயம் இது பற்றிய புரிதல் அவசியம்.

இணையத்திலும் சமூகவலைத்தளங்களிலும் பெண்களைப் பாலியல் ரீதியாகத் தொந்தரவு செய்வதும் அவர்கள் மீது வன்முறையைத் தூண்டுவதும் பெண்களின் புகைப்படங்களை ஆபாசமாகச் சித்தரித்து வெளியிடுவதும் தற்போது அதிகரித்து வருகிறது.

அதன்பொருட்டுச் சமூகவலைத்தளங்களில் பெண்கள் தங்கள் புகைப்படங்களைப் பகிராது இருப்பதே பாதுகாப்பானது எனச் சொல்வது பெண்கள் வெளிஉலகுக்கு வருவதே ஆபத்தானது என்று சொல்லும் வார்த்தைகளுக்கு ஒப்பானது. இது பெண்களை இன்னும் இன்னும் பின்னோக்கி இழுத்துச் செல்கிறது. பள்ளியில் சேர்வது முதற்கொண்டு கடவுச்சீட்டுக்கு விண்ணப்பிப்பது வரை அனைத்து இடங்களிலும் இன்று புகைப்படம் தேவைப்படுகிறது. பாதுகாப்பில்லை பதிவிடாதீர்கள் என எப்போதும் உரக்கக் குரல் கொடுத்துக்கொண்டே இருந்தால் பெண்கள் மீண்டும் கற்காலத்துக்கே செல்ல வேண்டியது இருக்கும். அதை விடுத்து இணையத்தில் எவற்றிலெல்லாம் பெண்கள் கவனமாக இருக்க வேண்டும் என்று அறிந்துவைத்தல் அவசியம்.

துரதிர்ஷ்டவசமாக இன்று பள்ளி, கல்லூரி மாணவர்கள் தொழில் நுட்ப சாதனங்கள் முன்பே பழியாய் கிடக்க வேண்டிய நிலை. அதனால் பருவப் பிள்ளைகள் மீது கவனமாக இருந்து பாதுகாப்பு அம்சம் குறித்து அவ்வப்போது அவர்களுடன் அளவளாவி விழிப்புணர்வுடன் செயல்படுங்கள் பெற்றோர்களே. இதனால் பல விபரீதங்களைத் தவிர்க்க முடியும்.

இணைய குற்றங்களில் இந்தியாவில் தமிழகம் எட்டாவது இடத்தில் உள்ளது. அது எட்டாத உயரத்துக்குச் செல்லாமல் இருப்பது நம் கைகளில்தான் உள்ளது.

* * *

முதுமைக்கு மரியாதை

இறைவனின் பேரருள் இருந்தால் மட்டுமே ஒருவர் முதுமை பருவத்துக்குள் நுழைய முடியும். இன்றைய தேதியில் இரண்டு மூன்று குழந்தைகளைக்கூட வளர்க்க முடியும், ஒரு முதியவரை வீட்டில் வைத்துப் பராமரிக்க முடியவில்லை என்ற புலம்பல் அதிகரிக்கத் தொடங்கியுள்ளது.

குடும்பத்துக்கு ஆறேழு பிள்ளைகள் பெற்று வளர்த்ததுபோய் 'ஒரு குடும்பம் ஒரு குழந்தை' என்றான பிறகுதான், வீட்டிலுள்ள முதியவர்களைப் பார்ப்பது சிரமத்துக்குரியதாய் உள்ளது. வாரிசுகள் மற்றும் அவர்களின் இணையர் வேலைக்குச் சென்றுவிட்ட பிறகு, அவர்கள் தன்னுடன் பேசக்கூட ஓர் ஆள் இன்றித் தவிக்கிறார்கள். காலை முதல் மாலை வரை எத்தனை மணிநேரம் தொலைக்காட்சி பெட்டியையே வெறித்துக் கொண்டிருப்பது? பக்கத்திலிருக்கும் நூலகத்துக்கோ, பூங்காவுக்கோ செல்வதானாலும் தனியாக செல்வதற்குப் பயம். வழுக்கி விழுந்து ஏதாவது அசம்பாவிதம் நடந்துவிட்டால் இன்னும் பிள்ளைகளுக்குச் சங்கடமாய்ப் போய்விடுமே என்ற கவலை!

கடந்த 5 ஆண்டுகளில் பார்த்தோமேயானால் முதியோர் இல்லங்களில் முதியவர்கள் பலர் எவ்வித வெறுப்புணர்வும் இன்றி விருப்பமுடன் இணைந்துள்ளனர். இது எவ்வாறு சாத்தியமாயிற்று?

முதலில் தன் வயதுடையவர்களிடம் பேசினாலே வயோதிகத்தின் விரக்திநிலை பாதி ஒழிந்துவிடும். முதியோர் இல்லம் குறித்த சமூகத்தின் பார்வை எப்படி இத்தனை மாற்றத்துக்கு உள்ளானது? வீட்டில் நான்கு சுவருக்குள் அடைந்து போயிருப்பர். ஆனால்... காலாற நடப்பதற்கு, இயற்கையை ரசிப்பதற்கு என முதியோர் இல்லங்களில் பல தளங்களைப் பிரத்யேகமாக உருவாக்கிக் கொடுத்துள்ளனர். ஓடி ஓடி களைத்துப்போன வாழ்க்கையில், மனதுக்கு நிறைவாய் அசைபோட மனம் ஏங்கும். அதற்கான வாய்ப்புகளை இவ்விடங்கள் ஏற்படுத்தித் தருகின்றன. வேளா வேளைக்கு அவர்களின் உடல் வாகுக்கேற்ற பத்திய உணவுகள் சுகாதாரமான முறையில் சத்தாக வழங்கப்படுகின்றன. மாதந்தோறும் சீரான மருத்துவப் பரிசோதனைகள் என அவர்களுக்கான தனி உலகம் அது. என் உறவினர் ஒருவர் அவர் வசிக்கும் முதியோர் இல்லம் குறித்து என்னிடம் அளவளாவியபோதுதான் முதியோர் இல்லங்கள் பற்றிய என் பார்வையும் மாறிப்போனது.

“எத்தனையோ வருஷமா உழைச்சாச்சு. வீட்டுல பேரக் குழந்தைங்க வளர்ற வரைக்கும் ஒத்தாசையா இருந்துட்டு நானே விருப்பமா இங்க வந்துட்டேன். உடம்புல புது இரத்தம் ஏத்தினா மாதிரி ஒரு புது வாழ்க்கை” என்று சிலிர்த்தார் உறவுக்காரப் பெண்மணி ஒருவர். உண்மைதான். வேறு வேறு மனிதர்கள். புதுப்புது நட்புகள். ஒருவருக்கு ஒருவர் ஒத்தாசையாக இருப்பதால் ஏற்படும் மனநிறைவு என்று தெம்பாக உணர்கின்றனர். ஒன்றாகக் கோவிலுக்குப் போவது, கடைத்தெருவுக்குக் கிளம்புவது, பஜனை செய்வது, பாட்டுப் பாடி நடனம்கூட ஆடிச் சந்தோஷமா இருப்பது எனக் களைக்கட்டுகிறது முதியோர் இல்லங்கள். வீட்டில் இருக்கும்போது ரொம்ப வயதாகிடுத்தோ என எண்ணும் அவர்கள் இங்கு வந்ததன் பிறகுதான் இன்னும் இளமையோடு இருப்பதாக உணர்கின்றனர். அன்பும் அரவணைப்பும் அபரிமிதமாகக் கிடைக்கும்போது கவலைகள் பறந்து போய்விடுகின்றன.

பிள்ளை இல்லாதோர்களும் இணையைப் பிரிந்தவர்களும் ஆதரவற்றோர்களும் மட்டுமே இந்த இல்லங்களை நாடிவந்த காலம் கரையத் தொடங்கிவிட்டது. புதுமை விரும்பிகளும் வீட்டு நிலவரத்தின் புரிதல் பெற்றவர்களும் பெரிதாகச்

சங்கடப்படுவதில்லை. துவக்கத்தில் சிற்சில தடுமாற்றங்கள் இருப்பினும் கவலைகள் மறைந்துபோகும் இடமாக இவை விளங்குகின்றன. கைவேலைகள் கற்றுக்கொடுத்தல், டியூசன் எடுத்தல், சமையல் சொல்லித் தருதல், குழந்தையைக் கால அளவுக்கேற்ப போய் பராமரித்தல் என இங்கிருக்கும் முதியோர்களும் சில இடங்களுக்குச் சென்று பொருள் ஈட்டுகிறார்கள். உளவியல் ரீதியாக அவர்களின் மனநலம் சிறப்பாக இருப்பதால் வாழ்நாள் நீட்டிக்கப்படுகிறது. அவரவர் வசதிக்கு ஏற்ப இல்லங்களைத் தேர்ந்தெடுத்துக் கொள்ளும் வசதியும் உள்ளது.

இதனால் வயதானவர்களுக்கு முதியோர் இல்லங்களே சிறந்தது என்பது என் கூற்று அல்ல. தன் குடும்பம், வாரிசுகள், பேரப்பிள்ளைகள் என அவர்களுடன் வாழையடி வாழையாக அன்பும் அதிகாரமும் பெற்று வாழ்பவர்கள் உண்மையில் பாக்கியசாலிகள். ஆனால், இப்படிப்பட்ட சூழ்நிலை இடம்கொடுக்கா பட்சத்தில் தினம் ஒரு சண்டை, சச்சரவு என குடும்ப உறவே முற்றிலும் கருகத் தொடங்க வேண்டாம் என்பதே சொல்ல வரும் செய்தி. சூழ்நிலைகளுக்கு ஏற்ப இதை நாம் ஏற்கலாம். ஏற்பது காலத்தின் கட்டாயமாக அல்லாது அனைவருக்கும் நல்லது என்ற கோணத்தில் பதிந்து கொள்ளலாம். இல்லையெனில் மனக்கசப்பு முற்றி நடைபிணமாகவே வாழ்ந்து வாழ்க்கையைத் தொலைக்க வேண்டியது வரலாம்.

சில இடங்களில் முதியவர்கள் குழந்தைகளைவிட மிக மோசமாக அடம்பிடிப்பதாக இளையவர்கள் கண்ணீர் வடிக்கிறார்கள். வீட்டில் செய்யப்படும் எந்தவொரு மாற்றத்தையும் முதியவர்களால் பொறுத்துக்கொள்ளவே முடிவதில்லை. அனைத்து விஷயங்களிலும் முன்னுக்குப் பின் முரணாக நடந்து கொள்கிறார்கள். விட்டுக்கொடுத்தல் என்பது இரண்டு பக்கத்திலும் இருக்க வேண்டும். எல்லா இடங்களிலும் தன் பிள்ளைகளுடன் வசிக்கும் முதியவர்கள் ஆனந்தமாகவும் இல்லை. அதுபோல முதியோர் இல்லங்களில் வசிக்கும் வயோதிகர்கள் அனைவரும் கவலையுடனும் இல்லை. எப்போதும் அவர்களுக்காக விட்டுக்கொடுத்துக்கொண்டே இருந்தால் நாங்கள் எப்போதுதான் எங்கள் வாழ்க்கையை வாழ்வது எனப் பரிதாபமாகக் கேட்கின்றனர்.

காலங்கள் மாற காட்சிகளும் மாறிக்கொண்டே இருக்கின்றன. நாமும் நம் பார்வையின் கோணத்தை வேறு நிலையில் நிறுத்திப் பார்ப்போம். முதியோர் இல்லத்தில் வாழ்பவர்களை ஏதோ பரிதாபத்துக்குரிய ஜீவன்களாகப் பார்க்கும் நம் பார்வையை முதலில் மாற்றுவோம்.

குழந்தையின்மையைப் போக்க வாடகைத்தாய் மூலமாகப் பிள்ளை பெற்றுக்கொள்வது நம் சமூகத்தில் ஏற்றுக்கொள்ள முடியாத கருத்தாக முன்பு இருந்தது. ஆனால், இன்று பரவலாக அம்முறையை ஏற்றுக்கொண்டுள்ளோம்.

முக்கியமாக முதியோர் இல்லங்கள் என்பது அனாதை இல்லங்கள் கிடையாது. அந்த எண்ணம் அனைவர் மனதிலும் இடம்பிடிப்பது சிறந்தது. ஏனெனில், உணவுபோல் உணர்வும் முக்கியமானது.

மிகச்சில வீடுகளில் தம்பதி சமேதராய் வாழும் முதியவர்களைப் பிரிக்கும் வேலையும் நடக்கிறது. தாய் பெரியவன் வீட்டில், தகப்பன் சின்னவன் வீட்டில் எனப் பிரிந்து வாழ்கிறார்கள். பாத்திர பண்டங்களைப் பிரிப்பதுபோலப் பெற்றவர்களைப் பிரிப்பது மகா பாவம். அவர்களே விருப்பப்பட்டாலொழிய இப்படிப் பிரிந்து வாழ்வது கொடுமையிலும் கொடுமை. தம் பிள்ளைகளை வளர்க்க, பராமரிக்க, பாதுகாக்க யாராவது ஒருவர் உடன் இருக்க வேண்டிய கட்டாயத்தினால் பெற்றோரைப் பிரிக்கின்றனர். 'அவர்களுக்கு என்ன... வாழ்ந்து முடித்தவர்கள். பேரப் பிள்ளைகளைப் பார்க்கட்டுமே' என்று வீணான வார்த்தைகள் வேறு. வாழ்ந்த வாழ்க்கையை நின்று, நிதானமாக, நிறைவாக அசைபோட பக்கத்தில் இணை இருப்பது மிக அவசியம். இதைப் பிள்ளைகள் உணர வேண்டும்.

காதல் வாழ்க்கை இளமையில் இனிப்பாய் இருப்பதைப் பல கவிஞர்கள் பாடியுள்ளார்கள். ஆனால், முதியோரிடம் உண்டாகும் காதல் வாழ்க்கையைப் பாரதிதாசன் குடும்ப விளக்கில் அழகாகக் காட்டியுள்ளார்.

'புதுமலர் அல்ல; காய்ந்த
புற்கட்டே அவள் உடம்பு!
சதிராடும் நடையாள் அல்லள்
தள்ளாடி விழும் மூதாட்டி

மதியல்ல முகம் அவட்கு
வறள்நிலம்! குழிகள் கண்கள்!
எது எனக்கின்பம் நல்கும்?
'இருக்கின்றாள்' என்ப தொன்றே!'

முதியவளின் உடம்பு புதுமலர் போல் ஒளியுடன் இல்லை; காய்ந்துபோன புல்கட்டைப் போன்று இருக்கிறது. அவள் நடப்பது நடனத்தைப் போல் அழகாக இல்லை; தள்ளாடி விழுவது போல் இருக்கிறது. கண்கள் குழிந்து காணப்படுகின்றன. இப்படிப்பட்ட முதியவளின் உடலில் எனக்கு இன்பத்தைத் தருவது எது? இன்றும் உயிருடன் இருக்கின்றாள் என்பது மட்டுமே எனக்கு இன்பத்தைத் தருவது ஆகும் என்று முதியவர் கூறுவதுபோலப் பாரதிதாசன் பாடியுள்ள பாடல் உண்மைக் காதல் என்பது உயிர் இருக்கும் வரை தொடரும் வலிமை உடையது என்பதை உணர்த்துகிறது அல்லவா?

முதுமை குறித்து இன்னும் சரியான புரிதலுடன் நாம் அவர்களை அணுகுவது நன்மை தரும்.

* * *

நலம் நலமறிய ஆவல்!

கடிதம்! எத்தனை மனிதர்களை உணர்வுப்பூர்வமாக கட்டிப்போட்ட சொல் இது. கடிதத்தை மட்டுமல்ல கடிதத்தைக் கொண்டு வரும் தபால்காரரையும் கொண்டாடிய சமூகம் நம்முடையது. ஒவ்வொரு ஆண்டும் செப்டம்பர் 1 ஆம் தேதி கடிதம் எழுதும் தினமாக உலகம் முழுவதும் கொண்டாடப்படுகிறது. ஆஸ்திரேலியாவைச் சேர்ந்த புகழ்பெற்ற புகைப்படக் கலைஞர் ரிச்சர்டு சிம்ப்கின் என்பவர் கையால் கடிதம் எழுதுவதை விரும்பிக் காதலித்தார். அவர் மூலம்தான் கடித தினம் உலகுக்கு அறிமுகப்படுத்தப் பட்டது. பழங்காலத்தில் பனை ஓலைகளில் எழுதிப் பின்பு காகிதத்துக்கு மாறிப்போனோம். தற்போது காகிதத்துக்கும் தேவையின்றி மின்னணு பரிமாற்றங்களிலேயே பெரும்பாலான தகவல்கள் கடத்தப்படுகிறது.

கடிதம் எழுதுவதென்பது ஒரு தனிக்கலை. கடிதம் எழுதுகையில் ஒவ்வொருவருக்கும் ஓர் எழுத்தாளரான மிடுக்கு வரும். நலம் நலமறிய ஆவல் என்கிற ஒரு வாக்கியம் சம்பிரதாயமாக இருந்தாலும் அது ஏற்படுத்திய நலம் சார்ந்த விருப்பம் சிறப்பானதாகவே இருந்திருக்கிறது.

இன்றைய தகவல்தொழில்நுட்பத்தின் அசுர வளர்ச்சியில் நினைத்த மாத்திரத்தில் தகவல்களைப் பகிர்ந்துகொள்கிறோம். இந்த நலம் குறித்த

விசாரிப்புகள் கடிதம் வழி ஏற்படுத்திய தாக்கம் என்பது மிக அதிகம். மின்னஞ்சல், முகநூல், கட்செவிஅஞ்சல் போன்ற எண்ணற்ற வசதிகள் வந்தபின்னும், கால் நூற்றாண்டுக்கு முன்பு வரை இந்த உலகம் அறிந்த ஒரே தகவல் பரிமாற்ற வழி கடிதம் மட்டுமே. இன்றைய தேதியில் நமக்குக் கடிதம் வந்திருக்கிறது என்றால் நம் புருவங்கள் உயரக்கூடும். அப்படி ஒருவர் நமக்காக கடிதம் எழுதும்பட்சத்தில் அது ஒரு பொக்கிஷமான பரிசாக கொண்டாடப்பட வேண்டும்.

ஒவ்வொரு காகிதமும் சிவப்பு வண்ண பெட்டியின் கர்ப்பத்தில் சுவாசித்து, தபால்காரரிடம் தொப்புள் கொடி அறுபட்டு, காணக் கிழிப்பவரின் உதட்டோர புன்னகையில் உயிர் பெறுகிறது கடிதமாய். நலம் விளம்பி, நலமறிய அவா கிளப்பி, கசிந்துருக்கி, கண்ணீர் பெருக்கி, காதல் போர்த்தி, வாழ்த்து ஏந்தி, வருகை பதிந்து, சமயத்தில் வன்மம் தோய்ந்து, நிச்சயம் தெரிவித்து, நிர்கதிநிலை அறிவித்து என அப்பப்பா... எத்தனை எத்தனை அவதாரம் எடுத்து நம்மையெல்லாம் நெகிழ்ச்சிபடுத்தியுள்ளன கடிதங்கள்! கைப்பக்குவம் கணக்காய் கடித பக்குவமும் வாய்த்திருந்தது பலருக்கு. ‘கண்டேன் சீதையை’ என்று கம்பர் எழுதியதைப் போல படிப்பவர் மனது பதைபதைக்காமல் இருக்கும்படி கடிதம் எழுதவேண்டும் என்பார் என் தாத்தா.

கடிதத்தில்தான் எத்தனை எத்தனை வசதிகள். உச்சி முகரலாம். நெஞ்சோடு அணைக்கலாம், இதழ் பதிக்கலாம், வர்ணனை ரசிக்கலாம், கையெழுத்தைப் பார்த்துத் திருப்தியுறலாம், எழுதியவரின் வாசனை முகரலாம். அட... கோபம் வரின் கையோடு கடிதத்தைக் கசக்கலாம் என எத்தனை வசதிகள்! இப்படிக் கடிதம் உயிர்ப்பித்த ஸ்பரிசத் தருணங்களும் பிரவாகித்த தளங்களும் காணக்கிடைப்பதில்லை இன்றைய நவீன உலகமயமாக்கலில். இன்றைய குறுந்தகவல்களின் பரிமாற்றம் எல்லாம் எழுத முனைந்த மெனக்கெடலுக்கு முன் ஈடாகவே ஆகாது. காலாவதியான மாத்திரைகளை விசிறி எறிவதாய் கடிதத்தையும் வழியனுப்பிவிட்டது காலம்.

நமக்கு வந்த கடிதத்தைப் படிப்பது என்றாலே மூளைக்குள் ஒரு கிறுகிறுப்பு தோன்றும். நம் உள்ளுணர்வை உயிர்ப்பித்து மாய நதிகளை மனதுக்குள் கிளைபரப்பிப் பாயவிட்ட அற்புத

தருணங்களை நமக்கு வசமாக்கித் தந்திருக்கிறது கடிதங்கள். ஒவ்வொரு இல்லத்திலும் வளைக்கப்பட்ட '7' வடிவ கொக்கிகளில் கடிதங்கள் எல்லாம் தொங்கிக்கொண்டிருக்கும். 'அன்புள்ள மகளுக்கு, அம்மா ஆசீர்வாதத்துடன் எழுதுவது' என்ற துவக்க வரிகள் எத்தனை முறை கண்களில் ஆனந்தக்கண்ணீரை வரவழைத்துள்ளன!

பாராட்டுக் கடிதங்கள், நட்புக் கடிதங்கள், காதல் கடிதங்கள், அலுவலகக் கடிதங்கள், பரிந்துரைக் கடிதங்கள், அரசியல் கடிதங்கள், உணர்ச்சிக் கடிதங்கள், வேண்டுகோள் கடிதங்கள், இலக்கியக் கடிதங்கள், வணிகக் கடிதங்கள் என கடிதங்கள் தான் எத்தனை வகைப்பாடுகளில் கருத்துக்களைச் சுமந்து பயணித்திருக்கிறது!

தபால்காரரை எதிர்பார்த்து வாசலுக்குச் சென்று அமர்ந்த காட்சிகளெல்லாம் காணாமலே போய்விட்டது. "5 மணி ஆகுது... ஓடு ஓடு இன்னிக்குக் கடிதாசிய எடுத்துரப் போறாங்க" என்று வாயுவேகமாக தபால் நிலையம் நோக்கி ஓடிய காலங்களை நினைத்துப் பார்த்தால் மகிழ்ச்சியே மிஞ்சுகிறது. உறவினர்களுக்கிடையே சமயத்தில் பெரும்போர் மூண்டுவிடும். ஒருவருடன் ஒருவர் நேரடியாக பேசமுடியாத சூழலில் கடிதங்களே இருவருக்குமிடையே தூது சென்று பகைமையைக் களைந்திருக்கிறது. இதில் இன்னொரு வசதி, கடிதங்களைப் பாதுகாத்து வைக்க முடியும். ஆவணங்களாகவும் நமக்கு உதவி புரியும்.

இப்படியெல்லாம் இருந்த கடித இலக்கியத்தின் வடிவம் தற்போது உருமாறியுள்ளது. சொல்லப்படும் செய்திக்குத்தான் அதிக முக்கியத்துவம் தரப்படுகிறது. புதிய பாடப்புத்தகங்களில் எல்லாம் கடிதம் எழுதும் வடிவம் மின்னஞ்சலில் தட்டச்சு செய்யும் முறைமைக்கு ஏற்ப மாற்றப்பட்டுள்ளது. வணக்கம் தெரிவித்தல், இப்படிக்குப் பிறகு வரும் காற்புள்ளிக்கெல்லாம் இன்று அவசியமில்லை. அனைத்தும் நவீனமுறைக்கேற்ப மாற்றி அமைக்கப்பட்டுள்ளன.

இத்துடன் சித்திரங்கள் வழி கடிதங்கள் வரைவது ஒரு மேம்பட்ட கலை. பறவை, விளக்கு, நினைவுச்சின்னம், விலங்குகள் போன்றவற்றை வரைந்து அதன் உள்ளே வரிகளை அழகாக நேர்த்தியுடன் வடிவமைத்து எழுதுவதே சித்திரக்கடிதங்கள்,

அவற்றைப் படிப்பதோடு கண்டு ரசிக்கவும் செய்யலாம். பார்த்தவுடன் மனதைக் கொள்ளை கொள்ளும் இந்தச் சித்திரக்கடிதங்கள் எழுதுவோரைத் தற்போது விரல்விட்டு எண்ணிவிடலாம்.. புகார், வாழ்த்து, கோரிக்கை எனக் கருப்பொருளை வரைந்து எழுத்துக்களால் கடிதம் எழுதி கவனம் ஈர்ப்போரும் உண்டு.

பல தலைவர்கள் வெவ்வேறு காலகட்டங்களில் எழுதிய கடிதங்கள் இன்று வரலாறாகிப் போயுள்ளது. தொண்டர்களுக்குச் சமகால அரசியல் போக்குகளை அறிவிப்பதற்கு ‘தம்பிக்கு...’ எனும் தலைப்பில் பேரறிஞர் அண்ணா எழுதிய எண்ணற்ற கடிதங்கள் வெகு பிரபலம். அவரைத் தொடர்ந்து ‘உடன்பிறப்பே’ எனும் தலைப்பில் கலைஞரின் கடிதங்கள் தமிழகம் அறிந்ததே. ஜவஹர்லால் நேரு சிறைவாசத்தின்போது மகள் இந்திரா பிரியதர்ஷினிக்கு எழுதிய கடிதங்கள் உலகப்புகழ் பெற்றவை. நைனி சிறையில் இருக்கும் போது (1931–1934 வரை) தன்னுடைய மகளுக்குப் பல கடிதங்கள் எழுதினார் நேரு. ‘தந்தை மகளுக்கு எழுதிய கடிதங்கள்’ என்ற இந்தப் புத்தகம் இரு தொகுப்புகளாக வெளிவந்துள்ளது. இந்திய, ஆசிய, அமெரிக்க, ஐரோப்பிய வரலாறுகளைத் துல்லியமாக தெரிவிப்பதோடு அதன் சமூக, பொருளாதார சிக்கல்கள், வளர்ச்சி, கிளர்ச்சி, எழுச்சி ஆகியவற்றையும் அவர் வாழும் காலத்தில் உலக நிலைமை எப்படியெல்லாம் இருந்தது என்பதைப் பற்றியும் விருப்பு வெறுப்பின்றி எழுதியிருந்தார். மகாகவி பாரதியின் கடிதங்கள் அத்தனையிலும் மொழிப்பற்றும் புரட்சிகர சிந்தனைகளும் காணக்கிடைக்கின்றன. மு.வ. அவர்கள் ‘அன்னைக்கு’, ‘தம்பிக்கு’, ‘தங்கைக்கு’, ‘நண்பர்க்கு’ எனும் தலைப்பில் எழுதிய அனைத்தும் சிறப்பான கடித இலக்கியம்.

வரலாற்றில் பெரும் முக்கிய நிகழ்வுகளுக்கும் சில புரட்சிகளுக்கும் காரணமாக சில கடிதங்கள் இருந்திருக்கின்றன. 1939 ஆம் ஆண்டு ஆகஸ்ட் மாதம் 2 ஆம் நாள், அன்றைய அமெரிக்க ஜனாதிபதி பிராங்க்ளின் ரூஸ்வெல்ட்டுக்கு ஐன்ஸ்டீன் அனுப்பிய கடிதத்தில் ஜெர்மனியின் நாசி படையினர் அணு ஆயுதங்களைப் போரில் உபயோகிக்கப் போகின்றனர். ஒரு சிறிய படகில் ஏற்றி வந்து நமது துறைமுகத்தில் வெடிக்க செய்தால் கூட ஒட்டுமொத்த துறைமுகமும் சின்னாபின்னமாகிவிடும்.

எனவே, நீங்கள் முந்திக்கொண்டு செயல்பட வேண்டியது அவசியம் என்று குறிப்பிட்டிருந்தார். இந்தக் கடிதத்தின் மூலமாக அமெரிக்கா நாசி படையினருக்கு முன்பே அணுகுண்டுகளைக் கையாள முனைந்தது.

1960 ஆம் ஆண்டு அக்டோபர் மாதம் 15 ஆம் நாள் கிரேஸ் டேபெல் எனும் 11 வயது சிறுமி அப்போதைய அமெரிக்க ஜனாதிபதியான ஆபிரகாம் லிங்கனுக்கு ஒரு கடிதம் எழுதினாள். அதில் 'பெண்களுக்குத் தாடி வைத்திருப்பவர்களைப் பிடிக்கும். உங்கள் முகம் தாடி இருப்பதால்தான் நன்றாக இருக்கிறது. மேலும், இதனாலேயே பெண்கள் அவர்கள் கணவர்களையும் உங்களுக்கு ஓட்டுப் போட கட்டாயப்படுத்தினர். இதனால் தான் உங்களால் ஜனாதிபதியாக முடிந்தது' என்று குறும்பாக எழுதியிருந்தார். இதன் காரணமாக தனது தாடியை நிரந்தரமாக வைத்துக் கொண்டார் லிங்கன் என்ற கருத்தும் உண்டு.

இந்திய விடுதலைக்காக காந்தி எழுதிய கடிதம், மூன்றாம் கிங் ஹென்றியின் புரட்சிகரமான காதல் கடிதம், முதலாம் உலகப் போரில் அமெரிக்காவை இணைத்த கடிதம் எனக் காலத்தால் அழிக்க முடியாத நினைவுச் சின்னங்களாக சில கடிதங்கள் திகழ்கின்றன. சில எழுத்தாளர்கள் தாங்கள் எழுதிய, தங்களுக்கு வரப்பெற்ற கடிதங்களைப் புத்தகங்களாக பிரசுரித்தும் உள்ளனர்.

'அன்புள்ள பாபு [மகாத்மா காந்தி] நீங்கள் எனக்கு ஊக்கம் தருகிறீர்' எனும் தலைப்பில் ஒரு கடிதம் எழுதும் போட்டியை வருடந்தோறும் அறிவித்துப் பொதுமக்களைக் கடிதம் எழுத அழைக்கிறது இந்திய தபால்துறை. இதுபோலவே மனைவிக்குக் கடிதம் எழுதச்சொல்லிக் கணவரையும் அப்பாவுக்குக் கடிதம் எழுதச் சொல்லி மகளுக்கும் எனப் பல்வேறு வகைமைகளில் வெவ்வேறு அமைப்புகள் இப்படிக் கடிதம் எழுதும் போட்டியைக் கையிலெடுத்து அந்த உணர்வை அவர்களிடத்தில் கொண்டு சேர்க்க முயற்சி செய்கிறது.

நீங்களும் உங்கள் இணைக்கோ, உடன்பிறப்புக்கோ, உறவுகளுக்கோ, நண்பர்களுக்கோ ஒருமுறை கடிதம் எழுதித்தான் பாருங்களேன்!

* * *

இளவரசிகள் எப்போது அரசிகள் ஆவது?

பெண் என்பவள் எப்போதும் ஒரு புதுக்கவிதை. சமயத்தில் புரிந்து கொள்ள முடியாத கடினமான மரபுக்கவிதை. பெண் குறித்து ஒவ்வொருவரின் மனதிலும் ஒவ்வொரு சித்திரம் அழித்து அழித்து மாற்றித் தீட்டப்பட்டுக்கொண்டே இருக்கிறது. தனக்காக வாழமுடியாத ஒரு நிச்சயமற்ற வாழ்வைத் தான் பெண் காலந்தோறும் வாழ்ந்துகொண்டே இருக்கிறாள். ஆணும் பெண்ணும் இணைந்து வாழும் இந்தச் சமூகத்தில் ஏன் பெண்ணுக்கான கனவுகள் மட்டும் காண்பவையாக மட்டுமே இருக்கிறது? பெருநகரங்களில் வாழ்க்கையைத் தொலைத்தவர்களின் வலியைப் போல பெண்களின் வலியும் மறைக்கப்பட்டும் மறக்கப்பட்டுக் கொண்டுமே உள்ளது.

'அன்னையர் தினம்' என்று ஒன்று வந்தால் 'தாய்' குறித்து அழகான வாசகங்களால் விதவிதமான தோரணங்கள் கட்டுகிறான் ஒரு ஆண். அடுத்து 'பெண்கள் தினம்' வரும்போது மாதர்குலத்தைத் துதிப்பதாக தன் நிலையை வெளிப்படுத்துகிறான் அதே ஆண்.

தாயும் சரி தாரமும் சரி இருவருமே தமக்கு முக்கியமானவர்கள் என்று சொல்லும் ஆண் தாயின் அன்பு குறித்து ஏதேனும் அவதூறு செய்தியை

கண்ணுற்றால் அதற்காக பொங்குகிறான். ஆனால் மனைவியை பகடி செய்து வரும்

* 'மனைவி அமைவதெல்லாம் இறைவன் அளித்த வரம் மனைவி அமைதியாக இருப்பதெல்லாம் இறைவனுக்கே கிடைக்காத வரம்'
* 'மனைவி கேட்பதை எல்லாம் வாங்கி கொடுத்து சமாளிப்பவன் மனுஷன் வாங்கி கொடுக்கிறேன்னு சொல்லியே சமாளிப்பவன் பெரிய மனுஷன்'

இது போன்ற எண்ணற்ற நகைச்சுவை துணுக்குகள், செய்திகளைப் படித்துவிட்டு வாய்விட்டுச் சிரிக்கிறான், பிறரும் ரசிக்கட்டும் என மடைதிறந்து கடத்துகிறான்.

தாய் தன்னை இந்த உலகுக்குக் கொண்டு வந்தவர் எனில் மனைவியானவள் தன்னைப் பெற்றவர் உற்றவர் என அனைவரையும் துறந்து தம்முடன் வாழ்க்கையைப் பகிர்ந்து கொண்டவர். இருவருமே தம் பிள்ளைக்காக, தம் கணவருக்காக என எண்ணிலடங்கா தியாகங்களைப் புரிந்தவர்கள். அதன் பொருட்டே ஒவ்வொரு வீடும் அன்பு தவழும் இல்லமாக இருக்கிறது.

வீட்டில் முக்கிய முடிவுகள் எடுக்கும்போது மனைவியின் விருப்பத்தைப் பெரும்பாலான இல்லங்களில் கேட்பதே இல்லை. 'அவளுக்கென்ன தெரியும் இதைப்பற்றியெல்லாம்' என்பதாகவே தீர்மானிக்கிறார்கள். திட்டங்கள் வகுக்கவோ முடிவுகளைத் தீர்மானிக்கவோ அவளைப் பழக்குவதே இல்லை. பிறந்த வீட்டில் ஏற்கனவே இது போன்ற தீர்மானங்களை முடிவுசெய்ய அவர்கள் பரிச்சியப்பட்டிருப்பார்கள். ஆனாலும் அப்படிப் பழகியவர்களை இதற்கு அனுமதிப்பதும் இல்லை. தாய் என்று வரும்போது அவளைத் தொழும் ஆண், மனைவி என்று வரும்போது பல்வேறு நிலைகளில் அவளை உதாசீனப்படுத்துகிறான்.

கணவனுக்காக தன் கனவுகளையெல்லாம் மண்ணில் புதைத்து விட்டு மென்புன்னகை பூக்கும் பூவையர்கள் அல்லவா அவர்கள்.

பெண்ணின் மனது எப்போதும் ஒரு வண்ணப் பாசறை. பாசம், நேசம், கோபம், தாபம், பரிவு, கனிவு, கருணை, காதல்,

பணிவு, புலம்பல் என பல உணர்வுகள் அபரிமிதமாய் கொட்டிக் கிடக்கும். அவளைப் புரிந்துகொள்வது நவீன இலக்கியத்தை வாசிப்பதற்கு ஒத்தது. அவளை எந்த வரையறைக்குள்ளும் அடக்க இயலாது.

இன்றைய கொரோனா காலத்தில் குடும்ப வன்முறைகள் பெருகி உள்ளதாக பல்வேறு வழக்குப் பதிவுகள் நமக்குச் சாட்சி சொல்கிறது. வெளியே பகிர முடியாதது சில. சொன்னாலும் மாறாதது பல.

வீட்டிலுள்ளவர்களால் தனக்கே தனக்கான நேரங்கள் அனைத்தும் வெட்டிக் கூறுபோடப்பட்டு விட்ட நிலையிலும் பெண் அதை வெகு இயல்பாகவே கடக்க முயல்கிறாள். அவளுடைய உணர்வுகள் புரிந்துகொள்ள முடியாத சூழ்நிலையில் இயல்புகள் பெரும் வலிகளாக மாறிவிடுகிறது.

பெண் என்று வந்துவிட்டாலே அனைத்தையும் பொறுத்துக் கொண்டு தான் போக வேண்டும் என்று பலர் நாட்டாமையாகி விடுகிறார்கள்.

அவளின் குறைகளைக் குத்திக் கிழிக்காமல் நிறைகளில் அகமகிழ்ந்து அவள் வசம் நாமிழந்து நம்முள் அவள் இழைந்து ஊடுருவும்போது குறுக்குசால் ஓட்டிக்கொண்டிருக்கும் ஈகோ தடம்மாறிப்போகும்.

எப்போது நாம் இல்லத்தின் அரசிகளாகப் போகிறோம்?

ஒரு குடும்பம் என்று எடுத்துக்கொண்டால் அம்மா, அக்கா, தங்கை, அத்தை, மாமி என எல்லாவகையிலும் பெண்களைச் சார்ந்தேதான் ஒரு ஆண் வாழ்கிறான்.

பெண்களுடைய பெருமைகளையும் அவள் கையாளும் பொறுமைகளையும் ஒருபோதும் சொல்லித் தெரிய வேண்டியது இல்லை.

ஷேக்ஸ்பியரின் படைப்புகளில் முதன்மையானதாகச் சொல்லப்படும் 'ஹாம்லெட்'டைக் கொண்டாடாதவர்கள் வெகு குறைவு. 'ஹாம்லெட்'க்குள் வருவோம். டென்மார்க்கின் அரசர் ஹாம்லெட், அவருடைய மனைவி அரசி ஜெர்ட்ரூட். இவர்களுடைய மகன் இளவரசன் ஹாம்லெட். அரசன் ஹாம்லெட் இறந்துவிட, அவர் சகோதரரான கிளாடியஸ் என்பவரை ஜெர்ட்ரூட் மணந்து கொள்கிறார்.

அப்பா இறந்த சில மாதங்களில் ஏன் தாய் மறுமணம் செய்து கொண்டாள் என இளவரசன் கொந்தளிக்கிறான். இதற்கிடையில் அப்பா ஹாம்லெட்டின் ஆவி இளவரசனிடம் உன் சித்தப்பனே நான் இறக்க காரணம். ஆனால், இந்தச் சதியில் உன் தாய்க்குப் பங்கில்லை. உன் சித்தப்பனைப் பழிவாங்கு என்று கோருகிறது.

சித்தப்பா கிளாடியஸைக் கொல்லும் எண்ணத்துடன் நாடகம் முழுக்க திரிகிறான் இளவரசன். அவன், தாயைப் பார்த்து "நீயும் ஒரு தாயா? அப்பாவை எப்படி உன்னால் மறக்க முடிந்தது? எப்படி உன்னால் மறுமணம் குறித்துச் சிந்திக்க முடிந்தது? எப்படி உன்னால் புதிய வாழ்வைத் தொடங்கி மகிழ்ச்சியாக வாழ முடிந்தது? உனக்கு உறுத்தவில்லையா?" என தன் தாயின்மேல் சீறி விழுகிறான். நீ ஏன் என் காதலி ஒபிலியாவைப் போல் இல்லை என்கிறான்.

இங்கே ஜெர்ட்ரூட்களும் ஒபிலியாக்களும் தன் உணர்வுகளை வெளிக்காட்ட முடியாத குரலற்றவர்களாகவே இருக்கிறார்கள். ஹாம்லெட்டுகள் போல அவர்களுக்கென்று தனித்த நோக்கங்கள், எண்ணங்கள் இருக்கக்கூடாதா?

உலகெங்கிலும் பெண்கள், ஆண்களால் முறைப்படுத்தப் படுபவர்களாகவே இருக்கிறார்கள். அவர்களின் பாதுகாப்பு காரணங்களுக்காக என்று பாதியளவு எடுத்துக் கொண்டாலும் மீதியளவு முழுவதிலும் ஆணின் அகங்காரமே புரையோடிப் போயிருக்கிறது.

'ஷேக்ஸ்பியர்ஸ் குளோப்' என்னும் உலகப் புகழ்பெற்ற மேடை நாடகக் குழுவினர் சமீபத்தில் மேடையேற்றிய ஹாம்லெட்டில், சில அதிசயிக்கத்தக்க மாற்றங்களைக் காணமுடிகிறது.

பல ஆண் பாத்திரங்களைப் பெண்கள் வெற்றிகரமாக கைபற்றியிருந்தார்கள். மிஷெல் டெர்ரி என்னும் அபாரமான பெண் கலைஞர் நாடகத்தின் நாயகனான ஹாம்லெட் பாத்திரத்தைச் சிறப்பாக செய்திருந்தார்.

ஓர் ஆணின் உணர்வுகளை ஒரு பெண்ணால் பூரணமாக பிரதிபலிக்கத் தெரிந்திருக்கிறது; முடிகிறது. ஆனால், ஒரு பெண்ணின் உணர்வுகளை ஓர் ஆணால் ஏன் புரிந்து கொள்ள முடிவதில்லை; முயற்சிப்பதில்லை? ஊருக்கே ராணியாக

இருந்தாலும் கணவனின் அன்புக்கு அடிமையாக இருப்பதை ஒவ்வொரு பெண்ணும் ஆனந்தமாக ஏற்றுக் கொள்கிறார்கள்.

மாற்றம் ஒன்றே மாறாதது. அதில் தடுமாற்றம் வரலாம். சற்றே ஏமாற்றம் மிஞ்சலாம். ஆயினும் உருமாற்றங்கள் உண்மையே. அப்படிப்பட்ட மாற்றங்களுக்காக பெண்குலமே காத்துக் கொண்டிருக்கிறது. பெண் வைத்திருக்கும் இருசக்கர வாகனத்தைத் தூசுபோக துடைத்து, பளிச்சென்றாக்கிப் பெட்ரோல் போட்டுக் கொண்டு வந்து வைப்பது வரை எண்ணற்ற குடும்பங்களில் தன் மனைவியின் பணிகளில் சில ஆண்கள் பொறுப்புடன் பங்கெடுத்துக் கொள்கிறார்கள். அதை மறுப்பதற்கில்லை. கிராமத்து அம்மாச்சிகள்கூட சுருக்குப்பையில் வெற்றிலைக்குப் பதில் செல்போன்களை வைத்திருக்கும் இந்த நவீன யுகத்திலும் மாற்றங்கள் முழுமையாக வந்தபாடில்லை.

இன்று அரசியல் முதல் ஆன்லைன் டோர் டெலிவரி வரை பெண்கள் ஆக்கிரமித்து வலம் வந்து கொண்டிருக்கிறார்கள். தன் இயல்புக்கு மீறிய சக்தியைப் பிரயோகித்தால் மட்டுமே ஜொலிக்க முடியும் என்ற துறையிலும் கூட காலூன்றி வருகிறார்கள். அவர்களுக்குத் தேவை பச்சாதாபம் இல்லை. தன் வலிகளை உணர்ந்து காயங்களுக்கு மருந்திடும் தன் வீட்டு ஆண்கள். அவ்வளவு தான். அப்படியான நிலை எய்தினால்

"போற்றி போற்றி! ஜய ஜய போற்றி!இப் புதுமைப் பெண்ணொளி வாழி பல்லாண்டிங்கே!"

என்று பெண்மையைப் போற்றிய பாரதியின் கனவு மெய்யாகும்.

தன்னுடன் வாழ வந்தவள் எவ்வகையிலும் தாழ்ந்தவள் இல்லை. பெண் என்பவள் ஒரு தகப்பனின் பாசத்துக்கும் நேசத்துக்கும் உரிய இளவரசி ஆவாள். அப்படிப்பட்ட இளவரசிகளை அரசிகள் ஆக்குவது அந்தந்த வீட்டு ஆண்களின் கைகளில் உள்ளது. அப்படிப்பட்ட அரசிகளின் இதய சிம்மாசனத்தில் நிச்சயமாக அந்த ஆண் ஒரு பேரரசனைப் போல் நின்று ஆட்சி செய்வான்.

* * *

தொழில்நுட்பம் எனும் பெருங்கடல்

ஒரு சமுதாயம் இன்றைய பணிகளை இன்றைய கருவி கொண்டு செய்ய வேண்டும். இன்றைய பணியை நேற்றைய கருவி கொண்டு செய்யும் இனத்தின் நாளைய வாழ்வு நலியும் என்னும் கருத்து தொழில் நுட்பத்தின் தேவையைப் பறைசாற்றுகிறது. உலகில் வாழும் இனங்களில் மனிதன் மட்டுமே கருவிகளைப் படைக்கும் ஆற்றல் கொண்டவன். அந்த ஆற்றலே சமயத்தில் அவனை அழிவுக்கும் கொண்டு செல்கிறது. நாம் சில யுத்திகளைக் கையாள்வதன் மூலம் பாதுகாப்பாக அதன் ஆற்றலை உபயோகப்படுத்தலாம்.

தகவல் தொழில்நுட்பம் என்பது இருமுனை கொண்ட கூர்மையான ஆயுதம். அதை கையாள்வதில் சற்று கவனம் சிதறினாலும் நம்மைக் குத்திக் கிழித்துக் காணாமல் போகச் செய்துவிடும். இந்தக் கொரோனா தீநுண்மி காலத்தில் முன்பைக் காட்டிலும் மிக அதிகமாக தகவல் தொழில்நுட்ப சாதனங்களைக் கையாள்கிறோம். வேலைக்குச் செல்லவோ பள்ளி, கல்லூரிகளுக்குச் செல்லவோ வாய்ப்புகள் குறைவாக உள்ள இந்த நேரத்தில் பாதுகாப்புக் கருதி வீட்டிலிருந்து அனைவரும் பணியாற்றிக் கொண்டிருக்கிறோம். கொரோனா தீநுண்மியிடமிருந்து நம் உயிரைக் காப்பாற்றிக் கொள்வது எவ்வளவு முக்கியமோ, அவ்வளவு

முக்கியம் இந்தத் தகவல் தொழில்நுட்ப சாதனங்கள் வழி நம் உடைமைகளைப் பாதுகாத்துக் கொள்வதும். தகவல் தொழில்நுட்பத்தைக் கையாளும் சூழலில் நம் பாதுகாப்பு குறித்து மிக மிக கவனமாக இருத்தல் வேண்டும்.

தேவை கருதி ஆராய்வது முதற்கொண்டு அன்றாடம் சாப்பாடு தருவிப்பது வரை நாம் இணையத்தைப் பயன்படுத்தத் தொடங்கிவிட்டோம். ஒரு செயலியை நம்முடைய திறன்பேசியில் பதிவிறக்கம் செய்ய அது விதிக்கும் அத்தனை நிபந்தனைகளுக்கும் நாம் அது குறித்த அறிவு ஏதும் இல்லாமலேயே சம்மதித்து ஒப்புதல் வழங்குகிறோம். கூகுள் போன்ற சில தேடுபொறிகள் அனைத்தும் இலவசமாகவே எண்ணற்ற தகவல்களை நமக்கு வாரி வழங்குகின்றன. நம் தேவை என்ன, நம் விருப்பம் எதைச் சார்ந்தது, நாம் அன்றாடம் எவற்றையெல்லாம் கண்ணுறுகிறோம் என்று அத்தேடுபொறிகள் நம்மைப் பற்றிய தகவல்களை நமக்கே தெரியாமல் திரட்டி வைத்துள்ளன. நம்மைக் காட்டிலும் நம்மைப் பற்றி அதிகம் தெரிந்து வைத்துள்ளன. சில செயலிகள் நம்முடைய தகவல்களைத் திரட்டி வர்த்தக ரீதியில் தேவைப்படுவோர்க்கு வழங்கி அவர்களிடம் காசு பார்க்கின்றன.

என் தோழியின் மகள் சென்ற ஆண்டு பன்னிரண்டாம் வகுப்பு முடித்தாள். தேர்வு எழுதி முடித்த அடுத்த நாளிலிருந்து தினமும் அவருக்கு சராசரியாக 25 அழைப்புகள் வரும். வெவ்வேறு கல்லூரியிலிருந்து வரும் விதவிதமான அழைப்புகளில் எல்லாம் அவர்கள் கல்லூரியின் சேர்க்கை குறித்தும் கல்விக்கட்டணம் குறித்தும் தெரிவித்துக் கொண்டே இருந்தார்கள். நமக்கு அதைக் கேட்க விருப்பம் இருக்கிறதா என்பதில் அவர்களுக்கு அக்கறையே இல்லை.

மருத்துவ மற்றும் பொறியியல் நுழைவுத்தேர்வு எழுதும் மாணவர்களது தகவல்கள் இப்படிப் பல்வேறு நிறுவனங்களுக்கு வர்த்தக நோக்கில் பகிரப்படுகிறது. இவை அனைத்தும் பள்ளிகளில் மட்டுமே பதிந்து வைத்திருந்த தொலைபேசி எண்கள். வெளிநாடுகளில் மருத்துவ படிப்பு படிக்க விருப்பமா எனக் கேட்டு நாளொன்றுக்கு 30 அழைப்புகள் வந்ததாக நண்பர் ஒருவர் பகிர்ந்த செய்தியும் சில உதாரணங்கள். நம் நேரத்தை நம்மிடமிருந்து வம்படியாக பிடுங்கும் இச்செயல்கள் அனைத்தும் தகவல்திருட்டால் ஏற்படுகிறது.

நிபந்தனைகளுக்கு உட்பட்டே அனைத்து இலவசங்களும் நமக்குக் கிடைக்கிறது. நம்மைப் பற்றிய தகவலைப் பரிமாறும் போது கவனமாக இருந்தால் சில நெருக்கடிகளை நாம் களையலாம். இன்று சிறப்பங்காடிகள் முதல்கொண்டு எங்கு போய் என்ன பொருள் வாங்கினாலும் நம்முடைய அலைபேசி எண் கேட்கப்படுகிறது. நாமும் எவ்வித யோசனையுமின்றிப் போகுமிடமெல்லாம் கேட்கும் அனைவரிடமும் நம்முடைய அலைபேசி எண்களைப் பதிந்து கொள்ள அனுமதிக்கிறோம். ஏன் என்று வினவினால் தங்களுடைய தள்ளுபடி விற்பனைகளை நமக்குக் குறுந்தகவலாக அனுப்பி வைப்பதற்கு என்பார்கள். இதன் மூலம் நம் அனைத்துத் தகவல்களும் பிறருக்குப் பகிரப்படுகிறது. நம் எண்ணைப் பெற்று உறவினர் போல் பேசி நடித்து ஏமாற்றும் செயலும் சில இடங்களில் நடக்கிறது. முக்கிய தேவையின்றி எவ்விடத்திலும் நம் அலைபேசி எண்களை வழங்காமல் இருப்பது சாலச் சிறந்தது.

ஒருசமயம் சென்னையின் புறநகர் பகுதியிலுள்ள ஒரு உணவகத்தில் இரவு உணவருந்திவிட்டு வந்தோம். அங்கே அலைபேசி எண்ணைக்கூட பகிரவில்லை. மறுநாள் அலைபேசியைத் தொட்டதுமே எங்கள் உணவகத்தின் சேவை எவ்வாறு இருந்தது? உணவு ருசியாக இருந்ததா? எத்தனை மதிப்பெண்கள் வழங்குவீர்கள்? எனத் திரையில் ஒளிர்ந்தது. இணையம் வழி நம்மை இப்படித் துரத்தி வரும் இவர்களை எவ்வாறு விரட்டுவது எனத் தேடிப்பிடித்து விரட்ட வேண்டியதாகியது. இயக்கத்திலிருந்த வழிகாட்டிச் செயலியை அணைத்ததும் விமோசனம் கிடைத்தது. எதையும் தேவைக்கு உபயோகித்த பின் அணைத்துவிட வேண்டும்.

குடியிருப்புகளில், அலுவலகங்களில் அனைவரும் இணையத்தைப் பயன்படுத்தும் வசதிக்கு ஏதுவாக சுலபமான கடவுச்சொல்லை பதிந்துவைத்திருப்பர். "ஒரு தேக்கரண்டி டீத்தூள் இருக்கா?" எனக் கேட்பதுபோல இலவச இணையத்துக்காக கடவுச்சொல்லைக் கேட்டுப் பெறுவது இன்று வாடிக்கையாய் போயுள்ளது. நமக்குப் பரிச்சயம் அல்லாத பிறிதொரு நபரிடம் இப்படிச் சென்று சேரும் தகவல்களால் நம் பாதுகாப்புக் குறையும். பிறர் தவறாக உபயோகிக்காத வண்ணம் அவ்வப்போது கடவுச்சொற்களை மாற்றுதல் அவசியம்.

சிலர் சௌகர்யத்தின் பேரில் இந்தக் கடவுச்சொல்லைப் பல வருடங்களாக மாற்றாமல் வைத்திருப்பர். என்ன பெரிதாக நடந்துவிடும் என்ற நம்முடைய சிறு அலட்சியப்போக்கு இணையத்தைத் தவறாக உபயோகிப்போருக்குச் சாதகமாக அமையக்கூடும்.

ரயில் நிலையங்கள், அங்காடிகள், விமான நிலையங்களில் இலவச இணைய வசதியை ஏற்படுத்தி வைத்திருப்பர். அதைப் பயன்படுத்த தொடங்குகையில் நிபந்தனைகளுக்கு உட்பட்டு நாம் சம்மதம் தெரிவிப்போம். இதன் மூலம் நம் அலைபேசி எண்கள் உட்பட நம் தகவல்கள் அவர்களுக்குச் சென்றுவிடும். அதே போல பாதுகாப்பற்ற பொதுவிடங்களில் நம் அலைபேசிக்கு மின்னூட்டம் பெற வேண்டாம். மின்னூட்டிகளில் (CHARGER) சில கருவிகளை யாருக்கும் தெரியாது இணைத்து வைத்திருக்கும் பட்சத்தில் நம்முடைய ரகசியமான தரவுகளை அவர்கள் களவாட முடியும்.

தற்போது சந்தைகளில் உலவும் அலைபேசிகள் எதுவும் அவ்வளவு எளிதாக பழுதடைவதில்லை. சில வருட உபயோகத்துக்குப் பின் அதைக் கடைகளில் சொற்ப தொகைக்குக் கொடுத்து மாற்றிக் கொள்கிறோம் அல்லது நம்மிடம் பணிபுரியும் ஓட்டுநர், பணிப்பெண் போன்ற பணியாளர்களுக்குக் கருணையின் அடிப்படையில் கொடுத்து உதவுகிறோம். இது மிகவும் தவறு. இந்த ஊழியர்கள், ஏதோ ஒரு அவசர தேவைக்காக அந்த அலைபேசியை விற்கும் பட்சத்தில் நம்முடைய தகவல்கள் பிறரது கைக்குச் செல்ல வாய்ப்பிருக்கிறது. அழிக்கப்பட்ட தகவல்களாக இருந்தாலும் சில செயலிகளைக்கொண்டு அதை மீட்க முடியும். அதனால் நாம் உபயோகப்படுத்திய அலைபேசியை யாரை நம்பியும் கொடுக்கவே வேண்டாம்.

தற்போது இணையவழி வகுப்புகள் நடைபெறும் சூழலில் சில யு-டியூப் இணைப்புகளை மாணவர்களுக்கு வகுப்புக் குழுவில் பகிரவேண்டியுள்ளது. அந்த இணைப்புக்குள் நுழையும் போது சில தேவையற்ற செய்திகள், ஆபாச புகைப்படங்கள் சில இணைப்புகளில் காணக்கிடைக்கிறது. இவற்றை அந்த யு-டியூப் தொலை ஓதுக்கிடத்துக்குள் (PRIVACY SETTINGS) சென்று மாற்றி அமைப்பதன் மூலம் இது போன்ற சங்கடங்களைத் தவிர்க்கலாம்.

இவற்றையெல்லாம் தாண்டிப் பணப்பரிவர்த்தனைகளில் அதிக மோசடிகள் நடைபெறுவதாக நாம் கேள்வியுறுகிறோம். இதை முறியடிக்க நம் தகவல்களை யாரிடமும் பகிராமல் இருக்க வேண்டும். அதோடு நம் கணக்குப்பட்டியல்களின் கடவுச்சொல்லைக் கடினமானதாக முறைப்படுத்துவதோடு அவ்வப்போது மாற்றியமைத்துக்கொள்வதும் அவசியம்.

எவ்வளவு பாதுகாப்பாக இருந்தாலும் ஏதோ ஒரு நிமிட அலட்சியத்தால் நம்மைத் தாக்கிவிடக்கூடிய கொரோனா தீநுண்மியைப் போலவே இந்த நவீன உலகில் நம்முள் புதைந்திருக்கும் ஏதோவொரு சோம்பேறித்தன நடவடிக்கையில் பணமோசடி கும்பல் நம்மைப் பதம்பார்த்து விடக்கூடும். எப்படி மிகப் பாதுகாப்பாக பணப்பரிவர்த்தனை செய்வது என்பதை இன்னும் ஆழமாக கற்றுக்கொள்ள சுணக்கம் காட்டவே கூடாது. இதனால் நம் சேமிப்புகளைக் காத்துக் கொள்ளலாம்.

இணைய செயல்பாடுகள் வெளிப்படையாக காணக் கிடைப்பது வெறும் 5% மட்டுமே. நாம் உள்நுழைந்து, தேடும், செயல்புரியும் அனைத்தும் இதனுள்ளேயே அடங்கும். மீதமிருக்கும் 95% இருண்ட இணையமாக (DARK WEB) உலகம் முழுக்க செயல்பட்டுக் கொண்டிருக்கிறது. அதற்கென்று எந்த வரைமுறையும் ஒழுங்குமுறையும் கிடையாது. சட்டத்துக்குப் புறம்பான பணப்பரிவர்த்தனைகள், போதைவஸ்து மற்றும் கள்ளத்துப்பாக்கி விற்பனைகள் எல்லாம் இதன்வழி சக்கை போடு போடுகின்றன.

தகவல் தொழில்நுட்ப தளவாடங்கள் நம்முன் ஒரு கடலைப்போல விரிந்து கிடக்கிறது. ஆழம் தெரிந்து, அலைகளின் வேகம் அறிந்து பயணிக்க வேண்டும். இதில் அபரிமிதமான பயன்கள் இருந்தாலும்கூட சற்றே ஆபத்தானதும்கூட. எப்போதும் கவனத்துடன் பயணிக்க வேண்டியது அவசியம். ஏதேனும் விபத்து ஏற்படும்பட்சத்தில் அது குறித்துப் புகார் தெரிவிக்கும் வசதிகள் தற்போது உள்ளன. இதன் மூலம் சமூக விரோத கும்பலின் செயல்பாடுகளிலிருந்து நம்மைத் தற்காத்துக் கொள்வதுடன் பாதுகாப்பாக, ஆனந்தமாக பயணிக்கலாம்.

* * *

வாழ்ந்து நிறைந்தவர்கள்

எல்லோரும்தான் வாழ்கிறோம். வாழ்க்கையை வாழ்வாங்கு வாழ்ந்து தன் அனுபவங்களின் மூலம் பிறரைச் சீராகச் சிறப்பாக வழிநடத்தக்கூடிய முதியவர்களே இங்கு வாழ்ந்து நிறைந்தவர்கள் ஆகிறார்கள்.

இப்படி வாழ்ந்து நிறைந்த முதியவர்களை நாம் எவ்வாறு அணுகுகிறோம்? பெருவாரியான இல்லங்களில் இந்த முதியவர்களும் இளையவர்களும் முழுவதுமாகப் பிளவுபட்டுக் கிடக்கிறார்கள். இதில் யார் மேல் தவறு என்று ஆராய்வது இடியாப்பத்தின் முனையையும் இறுதியையும் கண்டுபிடிப்பதற்குச் சமம். சரி, பொதுவெளிக்கு வருவோம். முதியவர்களை நம் சமூகம் எப்படிப் போற்றுகிறது? 'எங்களைப் போற்றத் தேவையில்லை. சிறப்பாகக் கையாண்டால் போதுமே!' என மனம் கசிகிறார்கள் முதியவர்கள்.

'ஏய் பெருசு... வேகமாக ஏற முடியல, இறங்க முடியல... நீயெல்லாம் எதுக்குப் பஸ்ஸுல வர?' என மிக அலட்சியமாகப் பேசி நக்கலடிக்கும் பேருந்து நடத்துனருக்கும் ஒரு நாள் முதுமை வரத்தானே செய்யும்?! 'ஏன் இங்கு வந்தாய், ஏன் அதைச் செய்தாய்?' என அவர் கேட்கும் தோரணையே 'நீ ஏன் இன்னும் வாழ்கிறாய்?' என்பதாக இருக்கிறது. ஏன் அவருக்கு இப்படியொரு மனப்பாங்கு!

'விரல் ரேகை' தேய்ந்துபோன காரணத்தால் கைரேகை பதிவு ஏற்படாதுபோய் முதியோர் ஓய்வூதியம் கிடைக்காமல் எண்ணற்றோர் அவதியுறுகின்றனர். அவர்களின் கைரேகை தேய்ந்துபோன காரணத்துக்கு அவர்களின் உண்மைத்தன்மையை அலட்சியப்படுத்தும் அதிகாரிகளை என்னவென்று சொல்வது? ஒன்றா இரண்டா இப்படி ஏராளம்!

தன்னை விட வயது கூட உள்ள பெரியவர்களை ஒருமையில் பேசாது மரியாதையுடன் அணுகினாலே அவர்கள் நிம்மதியுறுவர். தம் பேச்சை இளையவர்கள் ஏற்றுக்கொள்ளாமல் போனால் கூடப் பரவாயில்லை. சில யோசனைகளைச் சொன்னவுடனே குவியும் கண்டனக்குரல்களே அவர்களைப் பெருங்கவலையடையச் செய்கிறது. எந்த ஒரு துறைக்கும், நிறுவனத்துக்கும் இளையவரின் துடிப்பான செயலும் முதியவரின் அனுபவம் மூலம் பெறப்படும் சீரிய ஆலோசனைகளும் தேவை. இது இல்லத்துக்கும் பொருந்தும். காலவிரயத்தைத் தடுக்கும். பொருளையும் மிச்சமாக்க உதவும்.

ஆனால், இன்று பலர் 'வெந்ததைத் தின்று விதிவந்தால் போய் சேர வேண்டியது தான்' என விட்டேத்தியான மனோபாவத்துடன் புழுங்கிக் கிடக்கின்றனர். ஆசை ஆசையாய் புதுவீடு கட்டிப் பலவருடமாக அந்த இல்லத்தின் பிரதான படுக்கையறையைக் கையாளும் குடும்பத்தலைவர், தன் மகனுக்குத் திருமணம் நடத்திய பின் தான் ஆண்டு வந்த அந்தப் பெரிய படுக்கையறையைத் தன் மகனுக்காக விட்டுக்கொடுக்க வேண்டியுள்ளது. வீட்டின் சகல வசதிகளுடன் நடுநாயகமாக இருந்த அந்தப் படுக்கையறையை விட்டுச் சற்றே உள்புறமாக இருக்கும் மற்றொரு படுக்கையறைக்கு அவர் இடம்பெயர வேண்டிய கட்டாயத்துக்குத் தள்ளப்படும்போது அவர் மனதுக்குள் வாசிக்கப்படும் ஒரு மென்சோகக் கவிதை யாருக்குக் கேட்கும்? ஒன்று விட்டுக்கொடுக்கும் மனோபாவத்தை அவர் பெற்றிருக்க வேண்டும் அல்லது இதற்கான மாற்று ஏற்பாட்டுத் திட்டங்களைச் செய்திருக்க வேண்டும். அப்படிச் செய்திருந்தால் பலவிதமான வருத்தங்களிலிருந்து தப்பிக்கலாம்.

வாழ்க்கைப் பயணத்தில், தன்னுடன் தொடர்ந்து வந்த இணையைப் பறிகொடுத்துவிட்ட பிறகு, முதுமையில் அவர்களின் நிலை இன்னும் கொடுமை. பேச்சுத்துணைக்கு யாரும் இன்றி,

தன்னை எவருமே கவனிப்பதில்லை, பார்ப்பதில்லை என்ற கவலைத்தோன்றி தொலைக்காட்சிப் பெட்டியினுள்ளே அமுங்கிப் போகின்றனர். 'முதுமையில் தனிமை கொடுமை!' என்று சும்மாவா சொன்னார்கள்!

வியட்நாம் வீடு என்ற திரைப்படத்தில், உன் கண்ணில் நீர் வழிந்தால்... எனத் தொடங்கும் பாடலில்,

'பேருக்குப் பிள்ளை உண்டு
பேசும் பேச்சுக்குச் சொந்தமுண்டு
என் தேவையை யார் அறிவார் உன்னைப் போல்
தெய்வம் ஒன்றே அறியும்'

எனப் பாடிய கவியரசு கண்ணதாசனின் பாடலில் உள்ள வரிகள் அப்படியே இன்றும் பொருந்திப் போகிறது. அவரவரின் தேவையை அவரது இணையைத் தவிர யாரால் முழுமையாக அறிய இயலும்?

முதுமையில் பார்த்தல், கேட்டல், சுவைத்தல் போன்ற புலன்சார் வகைமைகளில் குறை ஏற்படலாம். ஆயினும் முதியவர்கள் ஒரு சமூகத்தின் மதிப்புக்கும் மரியாதைக்கும் உரியவர்கள். நம்மை உதாசீனப்படுத்துகிறார்கள் என்னும் எண்ணமே அவர்கள் பிறரை வெறுக்க வைக்கிறது. நம் சமூக நன்மைக்காகவும் அவர்களை நாம் முழுமையாகப் பயன்படுத்திக் கொள்ள வேண்டும். வயது முதிர்ந்தோருக்கு மரியாதை கொடுக்கும் கலாசாரம் நம்முடையது. அதை எப்போதும் காப்போம்!

இப்படி வாழ்ந்து நிறைந்தவர்களின் வாயிலிருந்து வாழ்த்துப் பெறுவது இறைவனின் ஆசியைப் பெறுவதற்குச் சமம். இதன்பொருட்டே தீர்த்த யாத்திரை செல்பவர்கள் மற்றும் இமயமலை போன்ற கடும் நெடிய பயணம் மேற்கொள்பவர்கள் தம் வீட்டுப் பெரியவர்கள் மட்டுமல்லாது உறவினர் வட்டத்தில் உள்ள அத்தனை பெரியவர்களிடத்தும் ஆசி வாங்கித் தன் பயணத்தைத் துவங்குகின்றனர். வாழ்ந்து நிறைந்தவர்கள் வழங்கும் ஆசி வானளவு நமக்கு மனபலத்தைக் கொடுக்கும். அதுமட்டுமல்ல, தம் மனதில் உள்ள மரியாதை உணர்வினை வெளிப்படுத்தும் முறை என்றும் சொல்லலாம்.

தன் காலில் விழும் இளையவர்களை, பிறர் செவிகளை எட்டாவண்ணம் மந்திரம்போல மனசுக்குள்ளே ஏதேதோ சொல்லி வாழ்த்துவோர் ஒரு வகை. மற்றொரு வகையினர்தான் சுவாரசியமே! தெய்வமாகிவிட்ட என் உறவினர் ஒருவர் இப்படிப் பிரிதொரு வகையைச் சார்ந்தவர். தன் காலில் விழுந்து வணங்கும் நபர்களை வாழ்த்தும் அழகே அழகு! 'நல்ல தீர்க்க சுமங்கலியா, தீர்க்காயுசா... நிறை செல்வத்தோட 16 வகை பேரும் புகழும் பெற்றுக் குபேர சம்பர்த்தாக வாழணும்' என்று வாயார வாழ்த்துவார். அவரின் கணீர் குரலில் நல்ல ராகத்துடன் ஒலிக்கும் வாழ்த்து மொழியில் நனைந்த ஒவ்வொருவரின் முகமும் மலர்ந்த பூவாகி ரம்மியமாகி விடும். மனதுக்கு பிடித்தமான, அவரவர் வயது, தேவைக்கு ஏற்ப எந்த ஒரு சிறப்பான சொல்லையும் கூறி வாழ்த்தலாம்.

வாழ்த்துதல் என்பது ஒருவரை ஒருவர் இணைக்கும் மிகச்சிறந்த பிணைப்பு. இதற்கு மிகப்பெரும் பொருட்செலவு எல்லாம் தேவையே இல்லை. கொஞ்சம் அன்பிருந்தால் போதும். 'வாழ்த்துவதற்கு வயதில்லை. வணங்குகிறேன்' என நிறைய வாழ்த்துப் பலகைகளில் பார்த்திருக்கிறோம். உண்மையில் வயது குறைந்த எவரும் தன் வயதுக்குக்கூட உள்ள பெரியோர்களையும் வாழ்த்தலாம். 'தமிழ் வாழ்க' என்கிறோம். அப்படியெனில் தமிழ்மொழி நம்மை விட வயதில் குறைந்ததா? எனத் தன் கட்டுரை ஒன்றில் கேள்வி கேட்டிருக்கிறார் எழுத்தாளர் நாஞ்சில் நாடன். தம்மைவிடப் பெரியவர்களையும் வணங்குவதோடு நம் வாழ்த்துகளையும் உரித்தாக்கலாம். இதில் எந்த ஒரு பாதகமும் இல்லை.

அறிவியல் பூர்வமாகப் பார்த்தாலும் நம் பாதங்களில் மிகவும் அதிகமான சக்தி ஓட்டம் நடக்கிறது. அதை இளையவர்கள் பயன்படுத்திக் கொள்வதற்காக உருவாக்கப்பட்டதுதான் காலில் விழும் வழக்கம்.

உடல் என்பது நம்மை ஆட்டுவிக்கும் ஒரு சக்தி எனச் சொல்லலாம். இந்தச் சக்திதான் நம்மை எல்லாவிதத்திலும் செயல்பட வைக்கிறது. இதை இக்கதையின் மூலம் சுலபமாக உணரலாம்.

மருமகள் ஒருத்தி வைத்தியரிடம் போய் என் மாமியாரால் எனக்கு மிகுந்த தொல்லையும் மன உளைச்சலும் ஏற்படுகிறது.

அதனால் அவர் இறக்க வேண்டும். ஆனால், அவரின் இறப்புக்கு யாரும் என்னைக் குற்றம் சாட்டக்கூடாது. அவரை மெல்லக் கொல்லும் மருந்து ஏதாவது இருந்தால் கொடுங்கள் என்கிறாள். வைத்தியர் ஒரு தைலத்தை அவளிடம் கொடுத்து அதைத் தினமும் மாமியாரின் காலில் தடவிவிடப் பணிக்கிறார். மருமகளும் கருமமே கண்ணாகத் தினசரி இரவு மாமியாரின் காலில் அந்தத் தைலத்தைத் தடவுகிறாள்.

இரு மாதங்கள் கழித்து அந்த மருமகள் வைத்தியரிடம் ஓடி வருகிறாள். தயவுசெய்து என் மாமியாரைக் காப்பாற்றுங்கள் என்கிறாள். எப்படி இந்த மனமாற்றம் ஏற்பட்டது என அந்த வைத்தியர் வினவுகிறார். தினமும் அவரின் கால்களைத் தொட்டுத் தைலம் தடவியதிலிருந்து அவர்மேல் எனக்கிருந்த கோபம் காணாமல் போய்விட்டது. என் மாமியாரும் என்னிடம் பாசமழை பொழிகிறார். அவரது அன்பை இப்போதுதான் புரிந்துகொண்டேன். அதனால் உயிர் பிழைக்க வேண்டி மாற்று மருந்து தாருங்கள் எனக் கெஞ்சுகிறாள். அனைத்தும் அறிந்த வைத்தியர், மாற்றுமருந்தென மற்றொரு தைலத்தைக் கொடுத்து மருமகளை வழியனுப்புகிறார். உண்மையில் அவர் கொடுத்தது மெல்லக் கொல்லும் மருந்தே அல்ல. சாதாரண தேங்காய் எண்ணெய்தான். தொடுதல் இத்தகைய மாயங்களை மனிதர்களிடையே நிகழ்த்தும்.

இளையவர்களைப் போல உறவினர், நட்பு வட்டாரத்தில் விலைமதிப்பற்ற அன்பைக் கொடுத்து நல்ல மனித உறவுகளைச் சேர்த்துக் கொள்வதில் முதியவர்களும் அக்கறை காட்டினால் ‘இளமை எனும் பூங்காற்று’ எனும் பாடல் போலவே ‘முதுமை எனும் மலர்க்கொத்து’ என்றும் பாடல் பாடலாம். முதியவர்களும் இளையவர்களின் குற்றங்களை மறந்து ஒரு கலங்கரை விளக்கமாக இருந்து வழிகாட்ட வேண்டும். அப்படி ஒளிபாய்ச்சினால்... வாழ்ந்து நிறைந்தவர்கள் அனைவரும் இளையவர்களின் இதயங்களில் என்றும் நீடித்து வாழ்வர்.

* * *

முதியவர்களும் தகவல்தொழில்நுட்பமும்

இறைவனின் பேரருள் இருந்தால் மட்டுமே ஒருவர் முதுமை பருவத்துக்குள் நுழைய முடியும். கொரோனாவுக்குப் பிறகான ஒரு கடுமையான வாழ்வியல் காரணமாக பெருவாரியான முதியோர்கள் வீட்டிலேயே முடங்கிப் போயுள்ளனர். உயிரைக் காப்பாற்றிக் கொள்வது ஒன்றுதான் ஆகப்பெரிய சாதனையாக அவர்களின் முன் கிடத்தியிருக்கிறது காலம். மெல்லக் காலாற நடந்து அருகிலிருக்கும் கோயில், குளம், நூலகம், உறவினர் மற்றும் நண்பர்கள் வீடுகளுக்குச் சென்று மனம் விட்டுப் பேசி வந்த பலரும் செய்வதறியாது தளர்ந்துபோயுள்ளனர்.

ஓடுகின்ற ஆற்றுத்தண்ணீர் ஒருபோதும் திரும்பிப் பின்னோக்கி ஓடுவதில்லை. வாழ்க்கையும் அது போன்றதுதான். இப்போது இருக்கும் சூழ்நிலையை முதியவர்கள் சாபமாக எண்ணிச் சலிப்படையாமல் இருக்க இளைய தலைமுறை அவர்களுக்குத் தோள் கொடுக்க வேண்டும். இளையவர்கள் தங்களைக் கவனிக்காது எப்போதும் தொழில்நுட்பத்துடனே தொலைந்து போகிறார்கள் என்பதுதான் அவர்களின் குற்றச்சாட்டாக உள்ளது. அப்படி இருக்கும் பட்சத்தில், இந்தப் புதுபுது தொழில்நுட்பங்களை தகுந்த சாதனங்களுடன் அவர்களுக்கு நாம் அறிமுகப்படுத்தினால் அவர்களின்

தொய்வு காணாமல் போகும். ஒரு புத்தம் புது உலகத்துக்குள் அவர்கள் அடி எடுத்து வைத்தது போல இருக்கும்.

இணைய உலகைப் பற்றி அவர்களுக்குப் புரிய வைப்பதென்பது மலையைப் புரட்டும் கதை எனச் சொல்லும் நம் மனத்தடைகளைத் தகர்த்துவிட்ட பின்பே அவர்களை அணுக வேண்டும். விரல்களைக்கொண்டு இப்படிச் சுழற்றி அப்படிச் சுழற்றி 'அ'னா 'ஆ' வன்னாவைப் போடுவதென்பது மழலைப் பருவத்தில் நமக்கெல்லாம் மிகக் கடினமாகத்தான் இருந்தது. ஆனால், நம் பிள்ளை கற்றுக்கொள்ள வேண்டும் என்று சலியாது கைப்பிடித்து எழுத வைத்துப் பழக்கியது நம் பெற்றோர்தான். இப்போது நம் முறை. கற்றுக்கொடுப்பதில் சிரமம் பார்க்காது இருந்தோமேயானால் அவர்கள் நம்மைக் காட்டிலும் வெகு தூரம் சென்று விடுவர். ஏனெனில் அவர்களுக்கான தேடலும் தேவையும் தொழில்நுட்பம் சார்ந்து அதிகம் இருக்கிறது. கற்றுக் கொள்ள வேண்டும் என ஆர்வம் மட்டும் இருந்துவிட்டால் போதும்.

இன்றைய நவீன உலகில், முதியவர்கள் தனக்குத் தேவையான, அவசியமான தொழிற்நுட்பச் சங்கதிகளை அறிந்து வைத்துக் கொள்வது அவசியம். தன்னைவிட வயது குறைந்தவரிடத்தில் கேட்டுத் தெரிந்துகொள்ள தயக்கம் காட்டக்கூடாது.

தெரிந்தோ தெரியாமலோ தத்தம் குழந்தைகளின் நல்வளர்ப்புக்காக அவரவர் வீட்டுப் பெரியவர்களை இல்லங்களில் தக்கவைத்துக்கொள்ள இளைஞர்கள் முன்பைவிட தற்போது அதிக மெனக்கெடுகிறார்கள். இப்படிப்பட்ட வீட்டுச் சூழ்நிலையில் அருமையாக ஒரு விஷயம் செய்யலாம். குழந்தைகளையும் பெரியவர்களையும் ஒருவருக்கொருவர் தொடர்புபடுத்தி இணைத்து விட்டுவிடலாம். இது ஒரு மிகச்சிறந்த அணுகுமுறை. இவர்களுள் ஒருவருக்கொருவர் நல்ல புரிதல் ஏற்பட்டுவிடும். இதனால் இவர்கள் இருவருமே எந்தப் பிரச்னை பற்றியும் ஆராயாமல் புதிது புதிதாக வேறு பொழுதுபோக்குகளில் ஈடுபடுவர்.

தனிமையில் வாடும் முதியவர்களுக்குத் தகவல் தொழில் நுட்ப சாதனங்களைச் சற்றே பொறுமையுடன் கற்றுக் கொடுத்து விட்டால் போதும். யாரும் தன்னைக் கவனிக்கவில்லையே என்ற பெருங்குறை நீங்கி உற்சாகம் பெருக்கெடுக்கும். எங்கள் உறவுக்காரப் பெண்மணியை ஆன்மீகம், நட்பு, ஆரோக்யம்,

உணவு குறித்த சில புலன குழுக்களில் இணைத்து விட்டார் அவரது மகன். என்ன ஆச்சரியம்! அவரின் தனிமை உணர்வு தற்போது காணாமல் போய் விட்டது. மேலும் அவர் பல புதிய விஷயங்களை உற்சாகமாகக் கற்றுக்கொண்டே செல்கிறார். இப்போது தினமும் தன்னை ஒரு தாமி [செல்பி] எடுத்துப் புலன முகப்புப்படமாக வைத்து எப்பொழுதும் புத்துணர்வாய் இருக்கிறார். வாழ்வைப் புதுவிதமாக அணுகுகிறார். உறவுகளைத் தாண்டிப் பழைய தோழமைகளைப் புதுப்பித்துக்கொண்டு தினம் ஒருவர் என நேரம் ஒதுக்கி உரையாடி மகிழ்கிறார். பார்த்தசாரதி பெருமாள் கோவில் புளியோதரை முதற்கொண்டு 'இருள் இணையம்' வரை நம்மிடம் பொளந்து கட்டுகிறார். வெளியாக இருக்கும் படத்தின் விளம்பரக் காணொளியை [டீஸரை] போட்டுப் பார்த்து ரசித்து நம்மிடம் கருத்துச் சொல்கிறார். இன்னொருவரிடம் தன் தேவையைச் சொல்லிப் பெறுவதைக் காட்டிலும் சூழலுக்குத் தகுந்தாற்போல இணையத்தில் பொருட்கள் வாங்கித் திருப்தியுறுகிறார்.

வீட்டுப் பெரியவர்களின் நேரத்தைச் சரியான முறையில் செலவழிக்க வழிசெய்துவிட்டால் நமக்கும் நிம்மதி. அவர்களுக்கும் மகிழ்ச்சி. நம்மிடம் புழங்கும் திறன்பேசிகளையே ஆயுதமாகக் கொண்டுதான் ஆக வேண்டும். அவர்களின் பேச்சுத் துணைக்கு ஆள் இல்லாத பட்சத்தில் இது ஒரு மிகச்சிறந்த மாற்று உபாயம். நம்மால் அவர்களுக்குக் கொடுக்க முடியாத பலவற்றைத் தகவல்தொழில்நுட்பம் அவர்களுக்கு வழங்கும். யு-டியூபை எப்படிப் பார்ப்பது, கூகுளில் நமக்குத் தேவையானவற்றை எப்படித் தேடுவது என அவர்களுக்குச் சொல்லித்தரலாம். ஏராளமான பக்திப்பாடல்கள், பழைய படங்கள், மருத்துவக் குறிப்புகள், பொழுதுபோக்கு அம்சங்கள், விளையாட்டுக்கள் என முதியவர்கள் பொழுதைக் கழிக்க எண்ணற்ற சங்கதிகள் இருக்கின்றன.

அலாரம், கைக்கணி [கால்குலேட்டர்], கூகுள் வரைபடம், நாட்காட்டி எனச் சகல வசதிகளும் நவீன திறன்பேசிகளிலேயே இருப்பதால் எல்லாவகையிலும் அவர்களுக்குச் சௌகரியமாக இருக்கும். நாளிதழ்கள், தொலைக்காட்சி நிகழ்ச்சிகள் கூட திறன்பேசிகளில் கிடைக்கின்றன. பிறர் உதவியின்றி அவர்களாகவே வாடகை வண்டி பதிவு செய்து வெளியே சென்று வரவும் உதவிகரமாக இருக்கும்.

நடுத்தர வயதுடையோர் சிலருக்குக்கூட தங்கள் பேசியின் அழைப்பு மணியோசையை எப்படிக் குறைப்பது எனத் தெரிவதில்லை. அதன் வலதுபுற பொத்தானை உடனடியாக அழுத்தினால் ஓசை நின்று விடும். ஆனால், அழைப்புத் தொடரும். இது பலருக்குத் தெரியாததால் எழவு வீட்டில் யானை புகுந்த கதையாக அது பாட்டுக்குப் பிறர் கவனத்தைக் கலைத்துக் கொண்டிருக்கும். இந்த வசதிகளையெல்லாம் நாம் அவர்களுக்குப் புரிய வைக்கலாம். அதிக செலவாகாமல் டேட்டாவை எப்படிச் சிக்கனமாகப் பயன்படுத்துவது, நம் வாசலில் கொட்டப்படும் ஏராளமான புகைப்படங்கள், காணொளிகளில் எதைத் திறக்க வேண்டும், எதைத் திறக்கக்கூடாது, எவற்றிற்கெல்லாம் நாம் முக்கியத்துவம் கொடுக்கலாம் போன்ற நம் அனுபவங்களை அவர்களுக்குத் துவக்கத்திலேயே தெரியப்படுத்தினால் வீண் தர்மசங்கடங்கள் தவிர்க்கப்படும்.

இன்று பெரும்பாலும் அநேகர் இரட்டை 'சிம்' வசதிகளையே கொண்டுள்ளனர். அதில் சில நிறுவனங்கள், தங்கள் நிறுவன வாடிக்கையாளர்களுடன் பேசிக்கொண்டால் 'பேசு நேரம்' முற்றிலும் இலவசம் போன்ற சலுகைகளை வழங்கியுள்ளன. இப்படிப்பட்ட பல சலுகைகளை அவர்களுக்குத் தெரியப்படுத்தலாம். அவரவர் எண்களை இந்த நிறுவன அடையாளங்களுடன் பதிந்து கொண்டால் பெரியவர்கள் பயன்படுத்த இலகுவாக இருக்கும். பணத்தை மிச்சம் பிடித்துத் தந்த திருப்தியும் அவர்களுக்கு இருக்கும். தினமும் எத்தனை அடிகள் நடக்கிறோம் என்பதையும் நம் இதயத் துடிப்பு மற்றும் இரத்தக் கொதிப்பு அளவுகளைக் கணக்கிட்டுச் சொல்லவும் எண்ணற்ற செயலிகள் இருக்கின்றன.அதையெல்லாம் தரவிறக்கம் செய்து கொடுத்தால் அவர்களே அவர்தம் உடல் நலன் குறித்துச் சரிபார்த்துக்கொள்வர்.

முன்பொரு காலத்தில் வீட்டுப் பெரியவர்கள் எடுக்கும் முடிவுகளைத்தான் இளைய தலைமுறை ஏற்று நடக்கும் சூழல் இருந்தது. ஆனால், இன்று நிலைமைகள் மாற்றம் கண்டுள்ளன. சில வீடுகளில் முதியவர்கள் தங்களுக்கெனத் தனியே கைப்பேசி எதுவும் வைத்துக்கொள்ளாது இருப்பர். தம்முடைய நண்பர்கள், உறவினர்களிடத்துப் பேசத் தன் மகன் அல்லது மருமகளிடம் கேட்டு அவர்களிடம் கைப்பேசி பெற்றுத்தான் பேசவேண்டும் என்ற நிலை இருக்கும். இதுகூட ஒருவித அசூயையை

ஏற்படுத்தும். அவர்களுக்கு நாம் இதுவரை எவ்வளவோ செலவு செய்திருப்போம். ஆனால், தனிப்பட்ட முறையில் அவர்களுக்கென்று திறன்பேசி வாங்கித்தருவது வீண்விரயம் என இத்தனை நாளும் நினைத்திருப்போம். அந்த எண்ணத்தை மாற்றிக்கொள்ள வேண்டிய நேரமிது.

உலக அளவில் மக்கள்தொகையில் முதியோர் எண்ணிக்கை கூடிக்கொண்டு இருக்கிறது. இந்தியாவிலும் 2011 ஆம் ஆண்டின் மக்கள்தொகைக் கணக்கீட்டின்படி, 121 கோடி மக்கள்தொகையில் 8.6% அதாவது 10.39 கோடி முதியவர். இதே சிங்கப்பூரில் 2030 ஆம் ஆண்டில் 65 அல்லது அதற்கும் மேற்பட்ட வயதுள்ளோரின் எண்ணிக்கை நான்கு பேரில் ஒருவர் என்ற நிலையை எட்டிவிடும் எனக் கணித்துள்ளனர். மக்கள் ஒன்றையே வளமாகக் கொண்டுள்ள சிங்கப்பூரைப் பொறுத்தவரையில் குறிப்பாக மூப்படையும் மக்கள்தொகை என்பது மிகப் பெரிய பிரச்னையாக இருக்கிறது. ஆனால், அங்கே புதிதாக ஒன்றை கற்க முதியவர்கள் ஆர்வமாக இருப்பதால் தாங்கள் வெற்றிகரமாக மூப்படைவதை உறுதிப்படுத்துகிறார்கள். சிங்கப்பூர் அரசாங்கம் அவர்களுக்கு ஏற்ற ஏராளமான திட்டங்களை வகுத்து வருகிறது. அதேபோலத் தற்போது கிட்டத்தட்ட 99% இணையதளத்தின் மூலமே பணப்பரிவர்த்தனை செய்யும் நாடாக உருமாறியுள்ள ஸ்வீடனில் 70 வயதைக் கடந்த முதியவர்களுக்காகக் குறைந்த அளவில் ரூபாய் நோட்டுக்களை அச்சடிக்கின்றனர். முதியவர்களுக்குச் செய்யும் மரியாதையாக அந்நாடு இதைச் செய்கிறது.

“எனக்கேது இணையத்தில் புக நேரம். குறிப்பெடுக்கவும் மேடைகளில் பேசவுமே காலம் போதவில்லை” எனப் பெருமிதப்பட்ட எண்ணற்ற பெரியவர்கள், இந்தக் கொரோனாவின் புண்ணியத்தால் தகவல் தொழில்நுட்பச் சாதனங்களை உபயோகப்படுத்தியே ஆகவேண்டும் என்ற கட்டாயத்துக்குத் தள்ளப்பட்டார்கள். தற்போது வீட்டிலிருந்தபடியே ஏகப்பட்ட கருத்துக்கூட்டங்களில் கலந்து கொள்கிறார்கள். தேவை என்று வந்துவிட்டபின் அனைத்தும் சாத்தியமாகிறது. முதியவர் என்று ஒதுக்காமல் அவர்களுக்கும் தகவல்தொழில்நுட்பத்தை அறிமுகப்படுத்தி மறுமலர்ச்சியை ஏற்படுத்துவோம்!

* * *

கைத்தலம் தந்தேன்
என் கண்மணி வாழ்க

வாழ்வில் அனைவருக்கும் ஒரு முக்கிய நிகழ்வு யாதெனில்... அது அவரவரின் திருமணம். ஆணோ பெண்ணோ திருமணம் குறித்து ஒவ்வொருவருக்கும் ஆயிரம் கனவுகள் இருக்கும். அது போலவே பெற்றோர்களுக்கும் தாம் பெற்றெடுத்த கண்மணிகளின் விவாகம் குறித்துப் பலவிதமான கனவுகள் எண்ணங்களில் நிறைந்து இருக்கும். நாச்சியார் திருமொழியில்கூட ஆண்டாள் தன் திருமணம் குறித்து இப்படிக் கனவு காண்கிறார்.

'மத்தளம் கொட்ட வரிசங்கம் நின்றூத
முத்துடைத் தாமம் நிரைதாழ்ந்த பந்தற்கீழ்
மைத்துனன் நம்பி மதுசூதன் வந்துன்னைக்
கைத்தலம் பற்றக் கனாக்கண்டேன் தோழீநான்'

மத்தளம் முதலான இசைக்கருவிகள் முழங்க, வரிகளையுடைய சங்குகளை நின்று ஊத, அத்தை மகனும், மது என்ற அரக்கனை அழித்தவனுமான கண்ணன், முத்துக்களையுடைய மாலைகள் தொங்கவிடப்பட்ட பந்தலின் கீழ், என்னைத் திருமணம் செய்து கொள்கிறான் என்ற தன் கனவைச் சொல்கிறார்.

திருமணம் என்பது ஆயிரங்காலத்துப் பயிர் என்பார்கள். இன்றைக்கெல்லாம் வரன்

தேடுபவர்களைக் கேட்டால் தெரியும், அந்த ஆயிரங்காலத்துப் பயிரை அறுவடை செய்ய படும் பாடுகள். பெண் வீட்டார்கள் போடும் நிபந்தனைகளைக் கேட்டுக் காதிலிருந்து இரத்தம் வராத குறையாக தெறித்து ஓடிய மாப்பிள்ளை வீட்டார்கள் பெருகி சங்கம் அமைத்துள்ளனர் என்றால் பார்த்துக் கொள்ளுங்கள். பெண்ணின் பிறப்பு விகிதம் குறைந்து போனதால் இன்றைக்குப் பெண் கிடைப்பது குதிரைக் கொம்பாக உள்ளது என்ற புலம்பல் ஒரு பக்கம். ஆயிரம் பொய்களைக் கட்டவிழ்த்துவிட்டுத் திருமணம் செய்யப் பெண் கிடைத்தால் தானே! என்ற சலம்பல்கள் மறுபக்கம்.

இலங்கையில் ராவணனுக்கு எதிராக அமர்ந்த அனுமனின் வால் நீளமெல்லாம் எம்மாத்திரம்! அதைவிட நெடிது இன்றைய நவீன நங்கைகளின் திருமணத்துக்கான நிபந்தனைகள். மாப்பிள்ளையின் உடன் பிறந்தவர்கள் எத்தனை பேர் எனும் பட்டியல் உட்பட மாப்பிள்ளை பெயரில் இருக்கும் தனிப்பட்ட சொத்துக்கணக்குவரை கூர்ந்தாராயப்படுகிறது. ‘வீட்டுப் பெண்பிள்ளைகள் வருடத்திற்கு எத்தனை முறை இல்லம் வருவார்கள்?’ என்பதுவரை தகவல் கேட்கிறார்கள். சொந்தக்காலில் பெண் பிள்ளைகளை இயங்க வைப்பதற்கான அத்தனை சாத்தியக்கூறுகளையும் ஏற்படுத்திக் கொடுக்க வேண்டிய கட்டாயத்தில் இன்றைய சமூகம் இருப்பதால் இதையெல்லாம் சரி என்று ஏற்றுக்கொள்ள வேண்டிய காலகட்டத்தில் தான் நிற்கிறோம். ஏழு மலை, ஏழு கடல் தாண்டி இருக்கும் மந்திரவாதியின் கூண்டில் இருக்கும் கிளியைப் பிடித்து வருவதாய் உள்ளது இன்றைய திருமணம் கைக்கூடுவதற்குள்!

ஒரே நாளில் மாப்பிள்ளை வீட்டார் 5,6 வீடுகளுக்குப் பெண் பார்க்கச் செல்வதும் ஒரே நாளில் 6,7 வரன்கள் வந்து பெண்ணைப் பார்ப்பதும் இன்று சகஜம். நல்லநாள் முதற்கொண்டு ஞாயிறு கிடைப்பது வரை அத்தனை சிக்கல் நாட்டில். ஏனெனில் இன்று பெருவாரியானவர்கள் வேலைக்குப் போகிறார்கள். ‘வீட்டைக் கட்டிப் பார், கல்யாணம் செய்துப் பார்’ என்று சொல்வார்கள். பணம் மட்டும் இருந்து விட்டால் போதும், இந்த இரண்டையும் மிகச் சுலபமாக இன்று கையாளலாம். திருமணத்துக்கென்றே பிரத்யேக மேலாளர்கள் இதற்கென்றே இயங்குகிறார்கள். ஒரு பார்வையாளரைப்போல மணமக்களின் பெற்றோர் திருமணத்துக்குச் சென்று வரலாம்.

டென்ஷனைத் தவிர்க்க எவ்வளவு பணத்தையும் செலவு செய்ய தயார் என்று மாறிப்போன நிலைமை. இதனால் ஏகப்பட்ட வேலைவாய்ப்புகள் பெருகியுள்ளது என்பதை ஏற்றுக்கொள்ளத் தான் வேண்டும்.

இது கூட பரவாயில்லை. திருமணத்துக்கென ஏகப்பட்ட பொருட்செலவில் உணவு தயாரிக்கப்படுகிறது. ஒரு திருமணத்தில் 36 வகையான உணவுப்பொருள்கள் பரிமாறப்பட்டன. அது அத்தனையையும் பரிமாறுவதில் துவங்குகிறது பிரச்னை.

அனைவருக்கும் பிடித்தமான, ஒத்துக்கொள்ளும்படியான சில உணவுப் பொருள்கள் இருக்கும். அதைப் பரிமாறி மகிழலாம். தேவையற்ற ஆடம்பரம் அவதியில் முடிகிறது. சிங்கத்தைப் பார்த்து நரி சூடுபோட்டுக் கொண்டதைப் போல நடுத்தர வர்க்கத்தினரையும் இப்படிப்பட்ட ஆடம்பர மோகம் பிடித்து ஆட்டுவது வருத்தமாக உள்ளது. சுடசுட தயாரான உணவு சற்று நேரத்துக்கெல்லாம் இலைகளில் வைத்த இடத்துக்குப் பங்கம் வராமல் அப்படி அப்படியே குப்பைகிடங்குக்குச் செல்வதைப் பார்க்கும் யாருக்கும் மனம் பதைக்கும். இன்னும் அதைச்செய்த சமையலருக்கு எப்படி இருக்கும்? இன்றைய தேதியில் யாராலும் முழுமையாக சாப்பிட இயலுவதில்லை. 36 வகை பொருள்கள் இலையில் இடம்பிடிப்பது ஒரு பக்கம் இருக்கட்டும். வயிற்றுக்குள் ஒன்றாகக்கூடி கும்மாளமிடும்போது விபரீதங்களே நிகழ்கிறது... அதை என்ன செய்வது? ஏகப்பட்ட பொருட்கள் வீணாகிறது. மழையிலும் வெயிலிலும் பாடுபட்டு உழைத்து உருவாக்கிய விவசாயி பார்த்தால் மன உளைச்சலுக்கு ஆளாகுவார். திருமண விருந்தென்றால் இலையைச் சுத்தமாக வழித்துச் சாப்பிட்ட காலங்கள் மாறி, இலையிலேயே பிரதான உணவுப் பொருட்களை அததை அப்படியே மடித்துவிட்டு எந்த உறுத்தலுமின்றிக் கடந்து செல்லும் நிலை பழகியுள்ளது. தான் செய்த உணவை நன்கு ரசித்துச் சாப்பிடும் மக்களைப் பார்க்கும் சமையலர் தனியாக இலைபோட்டுச் சாப்பிட வேண்டியதில்லை. அக்காட்சிகளே வயிறையும் மனதையும் நிறைத்துவிடும்.

மேலும், திருமண விருந்துகளில் உட்கார வைத்து உணவு பரிமாறும் முறைகள் மாறி தட்டை சுமந்தபடிக் கால்கடுக்க நின்றுகொண்டே உண்ணும் முறைக்குத் தாவிச் செல்லத் துவங்கிவிட்டனர். சில இடங்களில் பரிமாறப்படும் உணவின்

எடையைக் காட்டிலும் தட்டின் எடை அதிகம். சம்மணம் இட்டபடி ஆற அமர சாப்பிடவேண்டிய முறை மாற்றப்பட்டுக் கையில் கனமுடன், கால் கடுக்க நிற்கும் ரணமுடன், எப்போது உண்டு முடித்து வெளியேறுவோம் என விருந்து ஒரு வித பரிதவிப்புடனே கழிகிறது.

தற்போதைய திருமணங்களில் அவரவரின் வசதிக்கேற்ப புதிய புதிய சடங்குமுறைகளைப் பழகுகிறார்கள். அது நம் மண் சார்ந்ததா, மரபு சார்ந்ததா என்ற எந்தவொரு புரிதலும் இல்லை. தென்னிந்திய திருமணங்களில் கூட இன்று வடஇந்திய கலாச்சார தூவல்கள் விரவி வருகிறது. சங்கீத், மெஹந்தி என வீடுகட்டி அடிக்கிறார்கள். 70 களுக்கு முன்பெல்லாம் பெண்கள் குனிந்த தலை நிமிரமாட்டார்கள். 80 களில் மணமேடைகளில் முகம் நிமிர்த்தி அமர்ந்தார்கள். 90 களில் மெல்ல தன் முகம் மலர்த்திச் சிரித்தார்கள். 2000 த்தில், வாழ்த்த வருபவர்களுக்குச் சிரித்தபடியே அழகாய் பதிலளிக்கத் துவங்கினார்கள். தற்போதைய மணமகள்களோ மணமேடைக்குப் புல்லட்களில் பறந்து வருகிறார்கள். ஒய்யாரமாய் நடனமாடியபடி, குத்துப்பாட்டுக்குக் கும்மியடித்தபடி, குலதெய்வத்துக்கு முன் இடும் குலவி ஓசை கோர்த்தபடி என விதவிதமாய் மணமேடை நோக்கி வருகிறார்கள். இப்படி நவீன திருமணங்களின் நிறம் மாறி வருகிறது. இதை அவரவர் எண்ணங்களுக்கே சரியா தவறா என யூகிக்க விட்டு விடலாம்.

தன்னுடைய திருமண நிகழ்வில்கூட மணமேடையில் அமர்ந்தபடி 'டிக் டாக்' செய்கிறார்கள். வாழ்க்கை 'டக் அவுட்' ஆகாமல் இருந்தால் சரிதான். வாழ்த்த வந்தவர்கள் வாயைப் பிளந்தபடி செய்வதறியாது திகைத்து வெளியேறுகின்றனர். புதுமணத் தம்பதிக்கு வாழ்த்துப் பெறுதல் எவ்வளவு முக்கியம்?

முன்பெல்லாம் திருமணத்துக்குப் பட்டுச்சேலை எடுப்பது தான் பிரதானமாக இருந்தது. இன்று மணமக்கள் அணியும் மாலையில் இடம்பெறும் பூக்களைக்கூட வெளிநாடுகளிலிருந்து தருவிக்கிறார்கள். காலத்துக்கேற்ப முக்கியத்துவங்கள் மாறுகிறது.

தாம்பூலத்துக்குப் பதில் மரக்கன்றுகளை வழங்கும் நெறிகள் திருமணத்தில் கூடியுள்ளது. அதிலும் அடுக்குமாடி குடியிருப்புகளை மனதில் கொண்டு குண்டு மல்லிகைச் செடி, கறிவேப்பிலை, துளசி போன்ற செடிகளைக் கொடுப்பதோடு

மட்டுமின்றி இரண்டு நபர்களை உடன் நிறுத்தி அச்செடிகளை அருமையாக வளர்த்தெடுப்பது எவ்வாறு என்பதுவரை குறிப்புகள் தருகிறார்கள். சமூகம் சார்ந்த அவர்களின் அக்கறை கூட திருமணங்களில் வெளிப்படுகிறது.

முன்பு திருமண முன்னேற்பாடுகள் சுலபமாக இருந்தது. திருமண நிகழ்வுதான் கடினமாக இருந்தது. இன்று திருமண முன்னேற்பாடுகளுக்கே மூச்சு முட்டுகிறது சாமான்யர்களுக்கு.

ஆக இத்தனை பெரும் பிரயத்தனம் செய்து நிகழ்த்தப்படும் திருமணத்துக்கு மிக முக்கியம் மணமக்களின் மனப்பொருத்தம். அது அமைந்துவிட்டால் மற்ற அனைத்திலும் எந்தக் குறை இருந்தாலும் தள்ளிவைத்துவிடலாம். தனக்கு விருப்பப்பட்ட கல்வியைக் குழந்தைகளின்மேல் திணிப்பது எத்தனை அபத்தமோ அத்தனை அபத்தம் பிள்ளைகளின் சம்மதம் பெறாது நிகழ்த்தப்படும் திருமணங்கள். பெண்ணுக்கு நகை நட்டுச் சேர்த்துத் திருமணமும் செய்விக்க வசதியின்றிப் போவதால் தானே 3 மாத பெண் குழந்தைக்குக் கள்ளிப்பால் விட்டுக்கொன்ற துயரச் செய்தி கடந்த மாதத்தில் நம்மை வந்து சேர்ந்தது. பெண்ணுக்கான உண்மையான சீர், கல்வி மட்டுமே என்ற புரிதலுடன் இருந்தால் பெண் சிசுக் கொலைக்கான தேவை இருக்காது. அதை அனைவரும் உணர்ந்து வருகிறார்கள். கூடிய விரைவில் பூரணமாக சாத்தியப்படும்.

வாழ்வில் ஒரு முறை தானே, ஒரு முறை தானே என தாம் தூமென்று செலவுகளைச் செய்த ஒரு குடும்பம் மணமான நான்கே மாதத்தில் விவாகரத்து பெற வக்கீல் வீட்டு வாசலை மிதித்தது. இருவருக்குமிடையேயான பணப்பொருத்தம் பார்க்கும் அதே நேரத்தில் மனப்பொருத்தத்தையும் பார்த்தல் அவசியம். அப்படி நிகழ்த்தினால்

"பூ முடிப்பாள் என் பூங்குழலி
தேன் வடிப்பாள் வண்ணத் தேனருவி"

பாடலில் இடம்பெறும் 'கைத்தலம் தந்தேன் என் கண்மணி வாழ்க' என்ற வரிகளுக்கு ஒவ்வொரு திருமணத்திலும் உயிர்ப்பு கூட்டலாம்.

* * *